கு.ஜெயபிரகாஷ் (1993-)

திருவண்ணாமலை மாவட்டம் நரியாப்பட்டு கிராமத்தைச் சார்ந்தவர். இவரின் பெற்றோர் குழந்தைவேல் - பத்மாவதி ஆவர். இப்பொழுது திருவண்ணாமலையில் தனியார் கல்லூரி ஒன்றில் உயிரித் தொழில்நுட்பவியல் துறையில் உதவிப் பேராசிரியராகப் பணியாற்றுகிறார். தமிழ்நாடு கலை இலக்கியப் பெருமன்றத் தளத்திலும் இயங்குகின்றார். *புழுதி* இதழின் ஆசிரியர். இவரது முதல் குறுநாவல் 'முனைவர்' 2017ஆம் ஆண்டு வெளியானது. இது இவரது இரண்டாவது நூல். கல்விப்புலத்தில் மூன்று நூல்களும் பல ஆய்வுக் கட்டுரைகளும் வெளியாகியிருக்கின்றன.

தொடர்புக்கு: 9360403347
மின்னஞ்சல்: *phycojai@gmail.com*

சா

கு. ஜெயபிரகாஷ்

சா ● புதினம் ● கு.ஜெயபிரகாஷ் ● முதல் பதிப்பு : டிசம்பர் 2019 ● பக்கங்கள்: 128 ● வெளியீடு: ஆதி பதிப்பகம், 15, மாரியம்மன் கோயில் தெரு, பவித்திரம், திருவண்ணாமலை-606806 ● அலைபேசி: 9994880005 ● மின்னஞ்சல்: aadhipathippagam@gmail.com
● *www.adavishop.com*

விலை ரூ. 120

Saa ● Novel ● K. Jeyaprakash ●©K.Jeyaprakash ● First Edition: December 2019 ● Pages: 128 ●Paper: 75 gsm NS ● Published by Aadhi Pathippagam, 15, Mariamman koil Street, Pavitram, Tiruvannamalai-606806● Cell: 9994880005 ● E-mail: aadhipathippagam@gmail.com ● www.adavishop.com● Designed by KalAal, Tiruvannamalai ● Printed at Subra, Chennai

Rs. 120

ISBN 978-81-939890-4-3

12/2019/sno28/ap23/18.6/2/500

அப்பா அம்மா அண்ணன் அண்ணி ஆகியோரின்
அன்பிற்கு உரித்தாக்குகிறேன்

‘சா’வும் சாமந்திப்பூவும்

ரூ.ஜெயபிரகாஷின் ‘சா’ என்னும் இக்குறு நாவல் ஒற்றை அட்சரப் பெயருடன் எண்ணற்ற அட்சரங்களாக நீண்டு செல்கிறது. சம்பத், மரணத்தை இடைவெளியாகக் கண்டார். மரணத்தின் புதிரைத் தேடிச்செல்லும் ஜெயபிரகாஷ், அப்பாலைச் சிந்தனை உலகத்தில் புகுந்து தத்துவப்படுத்தி விடாமல், நிதர்சன உலகிற்கு வந்து, பருண்மையான வாழ்வில் முரட்டு முகத்தைக் கண்டு உணர்ந்து, இயல்பாக மரணத்தை ஒத்துக்கொள்வதும், மரணத்தைவிட/ பிரச்சினைகளைவிட மனிதன் பெரியவன் என்ற புரிதலுடன் தன் முக்கியப் பாத்திரத்தை நடைபோட வைக்கிறார்.

தமிழ்ப் பேரகராதியின் சா வரிசை தொடங்குமிடத் தில், முதலில் இடம்பெறும் அந்த அட்சரம், சாதல்/சாவு என்ற பொருளைக் கொண்டுள்ளது.

அம்மா இறந்த பிறகு, மனநிலை பிறழ்ந்து, அப்பா காணாமல் போவது, பிரியத்துடன் வளர்க்கும் அக்கா தீயில் வெந்து கருகுவது, தன் மகளின் தற்கொலையில் மனைவி மனநிலை பிறழ்வது, இவற்றின் காரணமாக தான் மனநிலை பிறழ்வது, தற்கொலைக்கு முயல்வது என்றுள்ள கதைசொல்லி, மரணத்தின் மீதான விசாரணையைத் தொடங்குகிறான்.

வழியே, சாமந்திப் பூக்கள் கொட்டப்பட்ட பிண ஊர்வலம், இறந்த குரங்கு புதைக்கப்பட்டுக் கிடப்பதும் அதன்மீது ஒரு சாமந்தி அஞ்சலியாக வைக்கப்படுவதும். தன் சாமந்தித் தோட்டத்தில் அக்கா பிரியமாக வளர்த்த பூனையும், நாயும் இறந்து அடக்கம் செய்வதுமான நிலை.

கணப்பொழுதில் துணிந்து தன்னை ஒருவன் மாய்த்துக் கொள்வது துணிகரமாகத் தோன்றினாலும், 'வாழ்வதற்குத் தான் தைரியம் வேண்டும். சாவதற்குக் கோழைத்தனம் தான் வேண்டும்' என்பது மனதை அழுத்தவே செய்கிறது.

தனது சாமந்தித் தோட்டம், அக்கா சாந்தி, மனைவி சாவித்திரி, மகள் சாதனா என அவளுடன் தொடர்புடைய நபர்களும் தோட்டமும் 'சா'வில் தொடர்புடையனவாக இருப்பது ஆச்சரியப்படவும் விசனப்படவும் வைக்கிறது.

'இந்த மூவரின் நினைவும் சாமந்திப்பூவுடன் இணைத்தே பார்ப்பதற்கு இப்பூக்களைப் போன்ற மஞ்சள் வண்ண முகங்களா இல்லை, சாமந்திப்பூவை நாசியில் வைத்து நுகரும் குணமா? இல்லை அவர்கள் மேல் கமழும் சாமந்திப்பூவின் வாசனையா? எது இவர்களை சாமந்திப் பூவுடன் இணைத்தது என்று எனக்கு இதுவரையில் புரியவில்லை.'

'சாவின் வாசனையை நான் சாமந்திப்பூவின் வாசனையோடே அறிகிறேன். துயரம் படிந்த மரணவீடு சாமந்திப் பூக்களின் வாசனையாலே நிரம்பி வழிகிறது' என்று புனை விழையை நெய்யவைக்கிறது.

ஒரு கட்டத்தில் நான்கு வழிச்சாலை திட்டத்திற்காக சாமந்தித் தோட்டமுள்ள இந்நிலமும் கையகப்படுத்தப்பட இருப்பது, இழப்புணர்வின் உச்சத்தைத் தொடவைக்கிறது.

இப்படியான சம்பவப் போக்கினை எடுத்துரைக்கும் ஜெயபிரகாஷ், நுணுக்கமாக சில உத்திகளைக்

கையாள்கிறார். தன்னுடனான கதையாடலாக, தன் மனசாட்சி உடனான உரையாடலாகக்கொண்டு போவது, கதைசொல்லியின் மன ஆழங்களை வெளிப்படுத்தப் பொருத்தமாயிருக்கிறது. அடுத்து, ஒவ்வொரு பகுதியும் ஒரு வாசகத்தை மேற்கோளாய் கொண்டிருக்கிறது. தமிழ்ப் பனுவல்களிலிருந்து எடுக்கப்பட்டதாகவோ கிழக்கிலும் மேற்கிலுமுள்ள சிந்தனையாளர்களிடமிருந்து பெறப்பட்ட தாகவோ உள்ளது.

நாலடியார் பாடல் நிலையாமையை வற்புறுத்துகிறது என்றால், பிரபாகரனின் வாசகம், விழிப்புணர்வு பெற்ற ஓர் இளைஞனை வீரனாக்கிடும் ஆற்றல் கொண்டிருக்கிறது. மரணத்தைப் பரிசீலிப்போர் வழக்கமாக அப்பாலைத் தத்துவமாக்கிவிட முற்படுவார்கள். அதனைத் தவிர்க்கும் ஜெயப்பிரகாஷ், மரணத்தை இயற்கை நிகழ்வாக எடுத்துக் கொண்டு, அதனை நோக்கிய வாழ்க்கைப் பாதையின் பய ணத்தைத் தனித்துவமாக்க வேண்டியதை விவரிக்கின்றார்.

'எல்லா விஷயங்களும் முடிவுக்கு வருவதாக நீங்கள் நினைத்துப் பயப்படும் நாள் தான் நீங்கள் எல்லையற்ற தாக மாறும் பிறந்தநாள்'.

என்னும் செனகா வாசகம் ஒரு சாளரத்தைத் திறந்து விடுவதாக இருக்கிறது.

மரணம், வாழ்வு இரண்டையும் பெண் பாலாகக் குறிக்கிறது ரஷ்யமொழி. ஒருவகையில் இரண்டும் வேறுவேறு அல்ல என்பதாலா?

மரண விசாரம், வாழ்வின் பரிசீலனையாக விரிவு கொள்கிறது இப்பிரதியில். இத்தலை முறைக்கான ஒரு விழிப்புணர்வைத் தொற்ற வைக்கும் நம்பிக்கை நூலாகப் பரிமளிக்கிறது சாமந்திப்பூப் போல. இறந்தவர்களுக்கு அதிகமும் போடப்படும் காரணத்தால் சாமந்தி சாவின்

பூவாக அடையாளம் காணப்படுகிறது. ஆனால் அது சாமந்தியின் தன்மையில்லையே. எல்லாப் பூவையும் போல அதுவும் மலர்ச்சிதான்... மகிழ்ச்சிதான்.

சாவும் அப்படித்தான். ஒருகட்டத்தில் நிலையாமையை உணர்த்துவதாக இருந்து விட்டது. நிலையாமையையும் நிலைத்த தன்மையும் மனித அளவில் அர்த்தமற்றவையே.

அடிப்படை சார்ந்த விஷயங்களின் பரிசீலனை ஆன்மீகத் தளத்திலேயே விவரிக்கப்படும் பிரச்சினை உண்டு. அல்லது தத்துவப்படுத்தப்படும் அபாயமும் நேரும். இரண்டிலும் விழுந்துவிடாமல் ஒரு குறுநாவலைத் தந்துள்ள ஜெயபிரகாஷ் நல்ல நோக்குநிலையும் கதையாடல் தேர்ச்சியும் பெற்றுள்ளார். சிறப்பாக உருப்பெற்றுவரும் ஜெயபிரகாஷ்க்கு வாழ்த்துகள்.

சா. தேவதாஸ்

ராஜபாளையம் சா. தேவதாஸ்

08.10.2019

வாழ்தல் மகத்தான சவால்

'வாழ்வதற்காக செத்துப்போ, சாவதற்காக வாழ்ந்திரு' என்ற மிர்த்தாதின் புத்தகத்தில் படித்த வாசகம் என்னைச் சுற்றியே வந்திருந்தது. வாழ்தல், சாதல் என இரண்டும் ஒன்றுடன் ஒன்று பின்னிப்பிணைந்தே இருக்கிறது. ஆனாலும் திடீரென்று வரும் ஒரு மரண சம்பவம் நம்மை உலுக்கிவிடுகிறது. அதிலிருந்து மனந்தளராமல் நம்பிக்கை யுடன் உழன்றுவந்துவிட, என்னைச் சுற்றி இருக்கும் மனிதர்களிடம் எப்போதும் மனிதத்தன்மையுடன் இயங்கும் போது, துயரங்களை ஏற்படுத்தவும், துயரங்களைக் கரைக்கவும் செய்யும் வித்தைகளை அவர்களிடம் இருந்தே அறிகிறேன்.

மரண வீட்டின் துயரைக் கரைக்கும் வல்லமையை சுமந்துகொண்டு மணக்கும் சாமந்திப்பூக்களின் அடர் மஞ்சள் வண்ணத்தை அங்கே இயற்கையின் கண்ணீர்ச் சிந்தலாய்ப் பார்க்கிறேன்.

மனவதை கொண்டவர்களின் தனிமை அவர்களைக் காவு வாங்கிவிடுகிறது, அப்படியானவர்களின் மனதை மாற்றும் ரஸவாதத்தை எற்படுத்தும் மலராக சாமந்திப் பூவைப் பார்க்கிறேன். பல தாவரத்தின் மரணம் இங்கே, உலகத்தையே வெப்பமடையச் செய்திருக்கிறது ஏன் மூச்சடைக்கவும் செய்திருக்கிறது. சாமந்திப்பூவின் மரணம்

நமது நாசியைத் தொட்டு உள்ளுக்குள் இறங்கிக் கிறக்கமடையச் செய்கிறது. என்னையறியாமல் அந்த வாசனை இட்டுச் சென்ற தடம் தான் இந்த 'சா'.

வாழ்வின் மீதிருக்கும் பற்றுதலிலிருந்து, வீழ்ந்து விடாமல் துணிவைத் தக்கவைத்துக் கொண்டு. வாழ்க்கையை வாழ்வதுதான் மகத்தான சவால் என்பதாக, வாழ்வை அதன் போக்கில் ஏற்றுக்கொண்டாலும், மனதில் துளிரும் தற்கொலை மனோபாவத்தை உடைக்கப் போராடும் ஒருவனின் கதையாகக் கூட இருக்கலாம் இந்த 'சா'.

இப்படித் தான் எழுதவேண்டும் என்று எந்தவித முன் தயாரிப்புகள் எதுவும் இல்லாமல், அந்த சாமந்திப்பூ இழுத்துச் சென்ற இழுப்பிற்குப் பித்தேறிச் சென்றதன் விளைவே இந்தப் பிரதி.

இந்த 'சா' சிறுகதை வடிவிலிருந்து நெடுங்கதையாக உருக்கொண்டதற்குக் கவிஞர் வேல்கண்ணன் அண்ணனும் எழுத்தாளர் எஸ்.ஜே.சிவசங்கர் அண்ணனும், பாவெல் சக்தி அண்ணனும் காரணம். அடுத்ததாக என் அக்கா. தினமும் எழுதியதை அவளுக்கு அனுப்புவேன், அவளும் படித்துவிட்டு அடுத்து என்ன என்று கேட்டுக்கொண்டே கதைக்குள் என்னை இழுத்துச் சென்றாள். இந்தப் பிரதி, புத்தக வடிவம் பெறுவதற்கு முன்பே படித்து உரையாடலை நிகழ்த்திய சீதாராமன், எடிட்டர் மணி, ஏ.எல்.குமாரி அம்மா, கு.பா., அருணை புக்ஸ் சிவகுமார் அண்ணன், நான் ராம் அண்ணன், சல்மான், சீனுவாசன், சுந்தர், கனிமொழி, தமிழ் இன்னும் பல நண்பர்கள். அண்ணன் பெ.அன்பு அவர்களின் ஊக்கமிகு பார்வைக்கும், என்னை எப்போதும் என்னுள் இருந்து இயக்கும் அண்ணன் சீனி கார்த்திகேயன் அவர்களின் எதிர்பார்ப்பும், என ஒரு பெரும் நட்புக் கூட்டத்தின் அன்பில் பூத்திருக்கிறது இந்தச் சாமந்திப்பூ.

இந்தக் கதை, புத்தக வடிவத்தில் வரத் தகுதிபெற்றதா? என்ற கேள்வியால் குழம்பிக் கிடந்த சமயத்தில் இந்த கதைக்கான அணிந்துரையை வாங்க எழுத்தாளர்களை பரிசீலித்த நண்பர்கள், எனக்குள்ளாக நம்பிக்கையை விதைத்தனர்.

மொழிபெயர்ப்பாளர், பல படைப்புகளை தமிழ் மொழிக்குக் கொண்டுவந்தவர், சாகித்ய அகாடமி விருது பெற்ற சா.தேவசாஸ் அவர்களின் அணிந்துரையால் இன்னு மொரு மகிழ்ச்சியின் ருசியைச் சுவைத்தேன். இந்தச் சுவையை ஏற்படுத்தித்தந்த செல்வகுமார் மாமாவுக்கும் எனது ப்ரியங்கள்.

இந்தப் பிரதிக்கான அட்டைப்படத்தை நேர்த்தியாக வடிவமைத்திருக்கும் அண்ணன் சங்கர் அவர்களுக்கும், இளையவர்களை ஊக்குவிக்கும் மனதோடு இந்தப் பிரதியை வெளியிட்டிருக்கும் அண்ணன் தில்லைமுரளி அவர்களின் அன்பிற்கும் எனது ப்ரியம் நிறைந்த நன்றி மலர்கள்.

திருவண்ணாமலை
13.10.2019

கு.ஜெயபிரகாஷ்

பகுதி 1

"நோதலுந் தணிதலு மவற்றோ ரன்ன
சாதலும் புதுவ தன்றே வாழ்தல்
இனிதென மகிழ்ந்தன்று மிலமே முனிவின்
இன்னாதென்றாலு மிலமே"

புறநானூறு - 192

1

மிக மிக நல்லவனாக இருப்பது
எப்படிப்பட்ட ஆபத்து என்பதை
காந்தியின் மரணம் காட்டுகிறது.

ஜார்ஜ் பெர்னாட் ஷா

இந்தச் சாவை எப்போது நான் அடையப் போகிறேன்?

50 வருட வாழ்க்கையில், எத்தனை முறை இப்படி எனக்குத் தோன்றியிருக்கும்?

எத்தனை முறை தற்கொலைக்கான முயற்சியை நான் கைவிட்டிருப்பேன்?

இந்த மொட்டை மாடியின் மேல், கால் கூசாமலும், பயத்தில் நடுங்காமலும் என்னால் இப்போது தான் நிற்க முடிகிறது.

இந்தப் பக்குவத்தை நான் அடைவதற்கு ஐம்பது ஆண்டுகள் தேவைப்பட்டிருக்கிறது. ஆனாலும் எனக்கு ஒரு பயமிருக்கிறது. இப்போது, இங்கிருந்து கீழே குதித்து, நசுங்கி இரத்தம் சிதறிக் கிடக்கும் என் கோழை உடலைக் கண்டு இங்கே வாழும் மனிதர்கள் நடுங்கிப் போவார்கள்

என்ற பயம்தான் மற்றபடி நான் சாவதில் எந்த பயமும் இல்லை.

அந்தப் பயத்தைக் கடந்தும், நான் செத்துவிட்டால் என்னைப் பார்க்க யார் யார் எல்லாம் வருவார்கள்? எப்படி எல்லாம் அழுவார்கள்? இந்த உலகத்தில் நான் எந்த வெகுமதியைப் பெற்றிருக்கிறேன்? என்பதை என் இறப்பிற்கு வருபவர்களின் அழுகையும் வார்த்தைகளும் சொல்லிவிடும் அல்லவா?

பிறர் அழுவதை வேடிக்கை பார்க்கவேண்டும் என்ற எண்ணத்திற்காகவே நீ இறந்திடவேண்டும்.

சீ... என்னவொரு மோசமான மனநிலை!

குதித்துவிடு... இந்த இரைச்சல் மிகுந்த உலகத்தில் இருந்து மீண்டுவிடு...

ம்... குதி.

2

ஊரெலாங் கூடி ஒலிக்க அழுதிட்டுப்
பேரினை நீக்கிப் பிணமென்று பேரிட்டுச்
சூரையாங் காட்டிடைக் கொண்டுபோய்ச் சுட்டிட்டு
நீரினில் மூழ்கி நினைப்பொழிந் தார்களே

திருமந்திரம் 145

பத்தாவது மாடியில் இருந்து கீழே பார்ப்பதும் கொஞ்சம் சுவாரஸ்யமாகத்தான் இருக்கிறது. இங்கிருந்து பார்த்தால் பெரிய மனிதர்கள் எல்லாம் சிறியவர்களாகத் தெரிகிறார்கள். பெரியவர் சிறியவர் என்ற எந்த வேறுபாடும் தெரிய வில்லை, மனிதர்கள் அணிந்திருக்கும் விலை உயர்ந்த ஆடைகளின் வேலைப்பாடுகள் எதுவும் தெரியவில்லை. அதனால் யார் எளியவர்கள், யார் செல்வந்தர்கள் என்று என்னால் யூகிக்க முடியவில்லை. அதேபோல கீழே இருக்கும் மனிதர்களின் முகங்களும் எனக்கு சரியாகத் தெரியாத காரணத்தால் அவர்களின் முகங்களில் வெளிப்படும் எந்தக் குணமும் எனக்குத் தெரியவில்லை.

எறும்புகளைப் போல மேய்ந்துகொண்டிருக்கும் மனிதர்களில் எந்த மனிதனின் முகம் புன்னகை சிந்திக்

கொண்டிருக்கிறது? எந்த முகம் கோபத்தை உமிழ்ந்து கொண்டிருக்கிறது? எந்த முகம் குரோதத்தை சுமந்து கொண்டிருக்கிறது? எந்த முகம் குரூரத்தைக் கொட்டிக் கொண்டிருக்கிறது? எந்த முகம் வன்மத்தை வார்த்துக் கொண்டிருக்கிறது? எந்த முகம் இயலாமையுடன் அலைந்து கொண்டிருக்கிறது? எந்த முகம் அன்பை வடித்துக் கொண்டிருக்கிறது? என்று என்னால் நிறம் பிரிக்க முடியவில்லை. அதே சமயம் அவர்கள் பேசும் எந்த வார்த்தைகளும் என் காதைக் கிழிக்க வாய்ப்பே இல்லை.

பேரிரைச்சலில் இருந்து இந்த நிசப்தம் என்னை, என்னென்னவோ யோசிக்கச் செய்கிறது. பெருஞ்சத்தம் என் காதுகளைக் கிழிக்கிறது, நிசப்த அமைதி எனது ஆன்மாவைப் பிளக்கிறது. நான் ஏன் இப்படி எல்லாம் யோசித்துக் கொண்டிருக்கிறேன்? நான் இங்கே இப்படி யெல்லாம் யோசித்துக்கொண்டிருப்பதும், இப்படி பத்தாவது மாடியின் மேல் நின்று கொண்டு இருப்பதும் யார் கண்களுக்கும் தெரிய வாய்ப்பில்லை. கீழிருந்து மேலே பார்த்தால் கண்களைக் கூசச் செய்யும் சூரியக் கதிர்களும் இப்போது இல்லை, யாரும் மேலே பார்க்க வாய்ப்பும் இல்லை, ஏனென்றால் கீழே இருப்பவர்கள் மேலே பார்ப்பதே அரிது. ஒருவேளை என்னைப் போலவே ஒரு மனிதன் கீழேயிருந்து மேலே பார்த்துக்கொண்டிருக்கவும் செய்யலாம், அவன் என்னைப் போலவே யோசித்துக் கொண்டோ அல்லது புலம்பிக்கொண்டோ இருக்கலாம். ஆனால் இப்போதிருக்கும் மனிதர்கள் கைபேசியில் முகங்களைப் புதைத்துக் கொண்டிருக்கின்றனர். அதனால் அவர்கள் தலை நிமிரப் போவதுமில்லை. என் இறப்பிற்கு வருந்தப்போவதுமில்லை.

வேண்டுமானால், நான் மாடியில் இருந்து குதித்து சாகப்போகிறேன் என்று பேஸ்புக்கிலோ அல்லது வாட்ஸ்

ஆப்பிலோ பதிவிட்டால் பலருக்கும் தெரிய வரும். எனினும் என் மரணம் யாரையும் எதையும் செய்துவிடப் போவதில்லை. தினம் தினம் பிறப்பும் இறப்பும் இந்தப் பிரபஞ்சத்தில் நிகழ்ந்துகொண்டு தானே இருக்கிறது. அதில் என் இறப்பு வெறும் செய்தியாக மட்டுந்தானே இருக்க முடியும்!

'உண்மையில் உனக்கு சாவதற்கு பயமாக இருக்கிறது. அதனால் தான் நீ இவ்வளவு யோசிக்கிறாய்'.

வீணாய்ப் போன மனமே அப்படியெல்லாம் ஒன்றுமில்லை. நான் சாகத் தயாராக இருக்கிறேன். அதை உன்னிடம் நிரூபிக்க வேண்டிய அவசியமும் எனக்கு இல்லை.

'இந்த வார்த்தையைக் கேட்டுக் கேட்டுப் புளித்து விட்டது எனக்கு. உன்னைச் சொல்லி நீயே நொந்துகொள். ஏன் ஏதேதோ நினைத்துக்கொண்டு உன் இறப்பைத் தள்ளிப் போடு கிறாய். இப்படியாக நீ எத்தனை முறை உன் மரணத்தைத் தள்ளிப் போட்டிருக்கிறாய். கொஞ்சம் நினைத்துப் பார்'.

3

இளைஞன்: மரணம் வரும்போது நீ என்ன செய்வாய்?
பூனை: செத்துப்போவேன்!
இளைஞன்: மரணம் வேதனை ஆயிற்றே! நீ என்ன செய்வாய்?
பூனை: நான் அதை அனுபவிப்பேன்!

மிகெய்ல் நைமி

மரணம் எப்படி இருக்கும்? அதன் வாசனை எப்படி இருக்கும்? மரணத்திற்கு என்று பிரத்யேகமான சுவை இருக்குமா? இல்லை அதற்கென்று தனித்துவமான வண்ணம் இருக்குமா? எப்படித்தான் இந்த மரணத்தை நான் ருசிப்பது? யாரேனும் சொல்லுங்களேன். மரணம், துன்பம் இன்பம் என இரண்டையும் வழங்கும் நிகழ்வாகவே இருக்கிறது. அல்லது எந்த உணர்வையும் கடத்தாமல் கடந்து சென்று விடுகிற நிகழ்வாகவும் இருக்கிறது.

ஒருமுறை பேருந்துப் பயணத்தின்போது, வெகு நேரம், எந்த வண்டியும் நகராமல் வாகனங்கள் எல்லாம் நின்று கொண்டிருந்தன, சாலையெங்கும் ஹாரன் சத்தம்!

அச்சத்தம் தலையைக் குடாய்ந்து கொண்டிருந்த வேளையில், பறை இசைத்துக்கொண்டு பத்து பதினைந்து பேர் நடனமாடிய படியே எதிரே வந்து கொண்டிருந்தனர். அதில் ஒருவர் சரவெடியைத் தனது லுங்கிக்குள் இருந்து எடுத்து, சாலையில் வைத்து பற்ற வைத்தார், பட்டாசு வெடிக்கத் துவங்கியது அதன் சத்தத்திற்கு ஏற்றார்போல் கை கால்களை அசைத்து ஆடிக்கொண்டிருந்த அந்த லுங்கிக்காரர். லுங்கியைத் தூக்கி வாயில் கடித்துக் கொண்டே, கால்சட்டைக்குள் வைத்திருந்த ஒரு பாட்டிலை எடுத்துத் திறந்து குடித்து விட்டுப் பின் மூடியைத் திருகி மீண்டும் கால் சட்டைக்குள் வைத்துக்கொண்டார். பிறகு உரத்த குரலில் 'ஏய் அழாதிங்கடா என் மாமன் நல்லா வாழ்ந்து அனுபவிச்சிட்டு செத்துப் போய்ட்டான் 'சந்தோஷமா செத்துட்டான்' அழாதிங்கடா என்று கத்தி விட்டு லுங்கியை முட்டிக்குமேலே தூக்கிக் கட்டிக்கொண்டு, சிகரெட்டை வாயில் வைத்துப் பற்ற வைத்தான்.

சாமந்திப்பூவின் வாசனையும் பட்டாசுப் புகையின் வாசனையும் ஒருசேர சேர்ந்திருந்ததில், சிகரெட்டின் வாசனையை என்னால் உணரமுடியவில்லை. பிணம் தெரியாத அளவிற்கு அந்த வண்டி முழுக்க பூக்களால் அலங்கரிக்கப்பட்டிருந்தது. சாலைகள் முழுக்க மாலை களைப் பிய்த்துப் பூக்களைத் தூவிக்கொண்டே வந்தான் ஒருவன்.

பறைச் சத்தம் என் காதுகளை விட்டு தூரமாகச் சென்றுவிட்டிருந்த நேரம் வண்டி மெதுவாக முன் நகர்ந்து கொண்டிருந்தது. சாலையில் தூவப்பட்டிருந்த பூக்களை மிதிக்காமல் தனது கால்களை எடுத்து வைத்துச் சாலையை கடந்து கொண்டிருந்தார் ஒரு பெரியவர்.

இப்போது பறைச் சத்தம் முழுவதுமாக என் காதுகளில் கேட்கவில்லை. ஆனால் சாமந்திப் பூவின் வாசனை மட்டும்

என் நாசியைத் துளைத்துக் கொண்டிருந்தது. என்னைச் சுற்றி முற்றிப் பார்த்ததில் என் எதிரே காலியாக இருந்த இருக்கையில் ஒரு சாமந்திப்பூ இருந்தது.

அந்தப் பூவை எடுத்து முகர என் மனம் ப்ரியப் படவில்லை. ஆனாலும் அந்தப்பூவை எடுக்கலாமா? வேண்டாமா? என்று மனம் யோசித்துக்கொண்டேயிருந்தது. அதற்குள் பேருந்தின் அடுத்த நிறுத்தத்தில் புதியதாக ஏறிக்கொண்ட ஒரு பெண், அந்த இருக்கையில் அமர்ந்த உடனே அந்த சாமந்தியைக் கையில் எடுத்து நாசியில் வைத்து நன்கு நுகர்ந்தாள்.

4

மரணம் ஒரு கலை மற்ற எல்லாவற்றையும் போல

சில்வியா பிளாத்

பேருந்து நகரத்தைக் கடந்து காட்டுச் சாலைக்குள் நுழைந்தது. குளிர் காற்று நெஞ்சை நனைத்தது. பேருந்தின் ஜன்னலின் வழியே பசுமையையும் பச்சையத்தின் வாசனையும் உணரமுடிந்தது. பேருந்தில் பேசிக்கொண்டிருந்தவர்கள் எல்லோரும் மௌனித்து ஜன்னலுக்கு வெளியே தங்களின் கண்களைப் புதைத்துக் கொண்டிருந்தனர்.

பறவைகளின் சத்தத்தைக் கேட்டிருந்த காதுகளுக்கு மணி ஓசை கேட்கத் தொடங்கியது, கழுத்தில் மணியைக் கட்டிக்கொண்டு மாடுகளின் கூட்டம் எதிரே வந்ததில் பேருந்தின் வேகம் குறைந்தது. மாட்டின் நடைக்கு ஏற்றார்போல் கழுத்தில் ஆடும் மணியின் ஓசையும் ஒரு சில மாடுகளின் சத்தமும் கேட்பதற்கு இதமாக இருந்தன.

மாடுகள் எல்லாம் அசைபோட்டுக் கொண்டிருப்பதை கவனிக்கையில் பேருந்தின் வேகம் கூடியது. பச்சையத்தின் வாசனை மங்கிக்கொண்டே வந்தது, பேருந்தில்

இருப்பவர்கள் எல்லோரும் பல பாவனைகளில் மூக்கை மூடிக் கொண்டனர். முகம் சுளித்தனர். ஏதோ ஒரு விலங்கு இறந்து அழுகிக்கொண்டிருந்த வாடை காற்றில் கரைந்து பரவி யிருந்தது. உயிரற்ற உடல் எளிதில் நாறிவிடுகிறது. அதைத் தாங்க முடியாமல் உயிர் கொண்ட உடல் வெறுக்கிறது. அல்லது உயிர் அற்ற உடலை உயிர் உள்ள உடலால் சகித்துக்கொள்ள முடியவில்லை. ஒவ்வாமை கொள்கிறது.

ஒவ்வாமையின் உச்சத்தில் ஒருவர் வாந்தி எடுத்து விட்டார். அழுகிய விலங்கின் வாடையும் புளித்த உணவின் வாந்தி வாடையும் பேருந்தில் இருந்த எல்லோரையும் குமட்ட வைத்ததில் ஒருவர் ''டிரைவர் கொஞ்சம் வேகமா போங்க நாத்தம் குடலைப் புடுங்குது'' என்றார்.

மீண்டும் பேருந்தின் வேகம் கூடியதில் எல்லோரின் நாசியிலும் பச்சையத்தின் வாசனை குடிகொண்டதில் மூச்சை இழுத்து விட்டனர்.

எனக்கு முன்னே இருந்த பெண்மணி மட்டும் அந்த சாமந்திப்பூவையே நாசியில் வைத்து நுகர்ந்து கொண்டிருந்தாள்.

பேருந்து ஒரு பாலம் தாண்டி நகர்ந்துகொண்டிருந்தது. சாலையின் இரு புறமும் குரங்குகள் தென்பட்டன. பேருந்தில் இருந்த குழந்தைகள் குரங்கைப் பார்த்து ''அம்மா, குரங்கு பாருமா'' என்று சொல்லிக் குதித்துக் கொண்டிருந்தனர். ஒருசிலர் தனது கைப்பேசியில் குரங்கைப் படம் பிடிக்க முயற்சித்தனர்.

சாலையின் நடுப்பகுதியில் கூட்டமாகக் கூடி சத்தம் எழுப்பிக்கொண்டிருந்தன. அதற்கு இணையாக பேருந்தின் ஹாரன் சத்தம் ஒலித்தது. ஆனால் அந்த குரங்குக் கூட்டம் கொஞ்சம் கூட நகராமல் நடுச் சாலையிலே கூடிச் சத்தம்

எழுப்பிக்கொண்டே இருந்தன. பேருந்தில் இருப்பவர்கள் ஒருவர் ஒருவராக கீழே இறங்கி, குரங்குகள் ஏன் கூச்சல் போடுகின்றன எனப் பார்க்க வந்தனர்.

அந்தக் கருநிற தார் சாலையில் இரத்தம் படர்ந் திருந்தது. சாலையுடன் ஒட்டிக்கிடந்த குரங்குக் குட்டியின் சதையைச் சுற்றி எல்லா குரங்கும் சத்தம் போட்டுக் கொண்டிருந்தன. ஒரு குரங்கு மட்டும் கண்களில் கண்ணீர்ச் சொட்டச் சொட்ட, சாலையில் ஒட்டிக் கிடந்த சதைகளைக் கையால் பெயர்த்து எடுத்துக் கொண்டிருந்தது.

பேருந்தில் இருந்து வந்தவர்களில் ஒருசிலர் உச்சுக் கொட்டினர். ஒருசிலர் கைப்பேசியில் படம்பிடித்தனர். ''குரங்கு செத்துடிச்சி, அதான் எல்லாம் கூட்டமா கூச்சல் போடுது'' என்று ஒருவர் பேருந்தில் ஏறி சொன்னார், அதைக்கேட்டு ஒரு குழந்தை, ''செத்துடுச்சினா என்னமா?'' என்று தன் அம்மாவைப் பார்த்துக் கேட்டது.

இதுக்கு மேல அந்த குரங்கால வாழ முடியாது ஏன்னா அதுக்கு உயிர் இல்ல.

வாழறதுன்னா என்னமா? என்று அந்தக் குழந்தை மீண்டும் கேட்டது.

இந்த அம்மாவும் ஏதேதோ சொல்லிக்கொண்டே இருந்தாள்.

இதற்குள்ளாக குரங்கின் கூட்டம் கலையத் தொடங்கியது. எல்லோரும் பேருந்தில் ஏறிக்கொண்டிருந்த நேரம், எனது முன் இருக்கையில் அமர்ந்திருந்த பெண் பேருந்திலிருந்து இறங்கி, குரங்குக் குட்டி இறந்த இடத்தை நோக்கி நடந்தாள்.

சாலையில் ரத்தம் படிந்த இடத்தில் தண்ணீரை ஊற்றி விட்டு. தன் கையில் இருந்த சாமந்திப் பூவை அந்த இடத்தில் வைத்து விட்டுப் பேருந்தில் ஏறினாள்.

5

ஒரு மரணம் என்பது துயரம்.
ஆயிரம் ஆயிரம் மரணங்கள்
வெறும் புள்ளி விவரங்கள்.

ஜோசப் ஸ்டாலின்

மரணத்தைப் பற்றி யோசிக்கையில் இவை எல்லாம் ஏன் என் நினைவுக்கு வரவேண்டும். அந்தச் சாலையில் என்னைக் கடந்து சென்ற அந்த மனிதனின் முகத்தையும் நான் பார்க்கவில்லை, சாலையில் ஒட்டி இறந்த அந்த குரங்குக் குட்டியையும் நான் பார்க்கவில்லை. ஆனால் அந்த சாமந்திப் பூவின் வாசனை மட்டும் என்னைக் கொன்றுவிடும் தன்மையுடன் இருக்கிறது. சாமந்திப்பூவைப் பார்க்கும் போதெல்லாம் எனக்குள்ளாக எழும் அந்த அச்ச உணர்விலிருந்து நான் எப்படி விடுபடப் போகிறேன். அந்த அருவருக்கத்தக்க வாசனை என்னை மயக்கமடையச் செய்கிறது.

இதனாலே பல இறப்பு வீடுகளுக்குப் போகவே தயங்குகிறேன். ''தயவுசெய்து என் இறப்புக்கு யாரும் சாமந்திப்பூ மாலையைக் கொண்டு வராதீர்கள்'' என்று

எழுதி வைத்து விட்டுச் சாகவேண்டும் என்று கூடத் தோன்றுகிறது. அப்படியும் யாரும் கொண்டு வந்து விட்டால் என்னால் என்ன செய்ய முடியும்? எனது திருமணத்தில் கூட சாமந்திப் பூக்களைத் தவிர்த்த மாலை தான் வேண்டும் என்று பிடிவாதத்துடன் இருந்திருக்கிறேன்.

ஒவ்வொரு முறையும் மரணத்தைப் பற்றி நினைக்கும் போதெல்லாம் சாமந்திப் பூவின் தோற்றமும் வாசனையும் என் நாசியிலும் எண்ணத்திலும் ஒட்டிக் கொள்கிறது. அந்த வாசனையே எனக்குள்ளாகத் துன்பத்தை விதைக்கிறது. அப்படியானால் மரணத்தின் நிறம் மஞ்சளா, மரணத்தின் வாசனை சாமந்திப் பூவின் வாசனையை ஒத்ததா. சாமந்திப் பூவை எந்த அளவுக்குப் பிடிக்காமல் போனதோ அந்த அளவிற்குப் பிடித்து மிருந்தது.

சாமந்திப்பூவின் வாசனையை நான் முதன் முதலில் உணர்ந்தது சாந்தி அக்காவிடம் இருந்துதான். சாமந்தி பூந்தோட்டத்தில் பூ பறித்துக்கொடுத்துவிட்டுத் தான் என்னை எப்போதும் எழுப்புவாள். சிலசமயம் நானும் அக்காவுடன் பூப் பறிக்கப் போயிருக்கிறேன். காலை ஏழு மணிக்குள்ளாகப் பூக்களை எல்லாம் பறித்து மூட்டை கட்டி அனுப்ப வேண்டும். கொஞ்சம் நேரம் தவறினாலும் பூக்களை விற்பது கடினம்.

ஒவ்வொரு முறையும் என் மனம் என்னைச் சீண்டிக் கொண்டே இருக்கிறது. ஆனால் என் மனச்சாட்சியின் குரல் சாந்தி அக்காவின் குரலைப்போலவே இருக்கிறதே, இன்னமும் இந்த குரலின் இனிமை குறையவே இல்லை.

என் சிறுவயதில் இருந்து நான் கேட்ட குரல் தான். கொஞ்சம்கூட மாறவேயில்லை, இதற்கிடையில் எத்தனை மரணச் சம்பவங்கள். ஆனால் உங்களுடைய குரல் மட்டும் இன்னும் என்னைப் பின்தொடர்கிறதே.

என் வாழ்வில் நான் கண்ட முதல் மரண சம்பவம் அது. அதுவரையில் மரணம் என்றால் என்னவென்றே எனக்குத் தெரியாது.

தாய் இல்லா என்னை, வளர்த்த சாந்தி அக்காவின் மரணம்தான் என்னை உலுக்கு உலுக்கியது. யாருமே எதிர்பார்க்கல உன்னோட மரணத்தை, அதுவும் தற்கொலைனு சொன்னா யாரும் நம்பவே மட்டாங்க.

எனக்கு நன்றாக நினைவிருக்கு. ஒருமுறை பின் வீட்டு கோமதி விஷம் குடிச்சி சாகக்கிடக்கையில் நீ சொன்னது. ''கோழைத்தனமா செத்துபோறது என்ன மனநிலை. வாழ்க்கையில் கஷ்டம் நஷ்டம் எல்லாம் இருக்கும் தான். அதை எல்லாம் கடந்துதான் வாழணும்னு'' சொன்ன நீயா இப்படி செய்துவிட்டாய் என்று என் மனம் ஏத்துக்கவே யில்லை.

உடன் பிறந்த அக்காவாக உன்னைப் பார்த்ததே யில்லை, அம்மாவாகத்தான் நான் பார்த்திருந்தேன். எத்தனை சம்பவங்கள் என்னுள் புதைந்துகிடக்கிறது. அவையெல் லாம் உன்னை நினைக்கும் போதெல்லாம் பொங்கிவரும் அலையைப் போல என்னைத் திக்கு முக்காட வைக்கிறது.

கொல்லையிலிருந்து வரும்போது கரும்பு, மரவள்ளி, மல்லாட்டை, பனம் பழம் என எது கிடைக்குதோ அத கையில் எடுத்துவந்து தரும். எனக்குக் கரும்பை எப்படி சாப்பிட வேண்டும் என்றுகூட சாந்தி அக்கா தான் சொல்லிக் கொடுத்தாள்.

நுனிக்கரும்பு கடிக்க சுலபமா இருக்கும். ஆனால் சுவை குறைவா இருக்கும். அடிக் கரும்பு கடிக்க கடினமா இருக்கும். ஆனால் மிகுந்த சுவையா இருக்கும். எதுவாக இருந்தாலும் கணுப்பகுதிகளைக் கடந்துவிட்டால் சுலபம்தான், இதுபோலத் தான் வாழ்க்கையும் என்று

சொல்லி ஒரு கரும்பை எடுத்துக் கடிச்சி இழுத்துப் போட்டாங்க.

ஒவ்வொருத்தருக்கும் சுவைக்கேத்தபடி முகபாவனை மாறும், அப்படி சாந்தி அக்காவோட பல முகபாவனையை நான் பாத்திருக்கேன், எந்த முகபாவனையில் இருந்தாலும் அக்காவின் மூக்கைப் பார்க்கும் போதெல்லாம் எழும் ஈர்ப்பு எனக்கு மட்டும் இல்ல, ஊர்ல எல்லாருக்கும் அவங்கமேல தனி மரியாதையும் இருந்துவந்தது. சிலர் மூக்கழகி என்று சொல்வதைக் காதுபடக் கேட்டிருக்கிறேன். ஆனா யாரும் எதிர் பாக்கல சாந்தி அக்கா இப்படி பண்ணுவாங்கன்னு.

6

ஆய்ந்து ஓய்ந்த மனிதர்களின் மகிழ்ச்சியான மறைவிடம் மரணம்

ஹெரோடாட்டஸ்

வழக்கம்போல என் அப்பா குடித்துவிட்டு விழுந்து கிடந்தார். பெண்கள் எல்லாம் கூடி அழுதுகொண்டு இருந்தனர். எனக்கு என்ன செய்வதென்று தெரியவில்லை. ஆனால் எனக்குள்ளாக ஏதோ ஒரு மாற்றம் நிகழ்ந்திருப்பதை மட்டும் என்னால் உணர முடிந்தது. வீட்டின் உள்ளே நுழைந்தேன். வாழை இலையால் மூடியிருந்த அக்காவின் உடலைச்சுற்றி அவளின் தோழிகள் உட்கார்ந்து அழுது கொண்டிருந்தனர்.

வாழையிலையை விலக்கிக் கருகிய முகத்தைப் பார்க்கும் போதுகூட என் கண்கள் அந்த மூக்கைத்தான் பார்த்தது. எனக்குப் பிடித்தமான அந்த மூக்கை நான் அப்படிப் பார்க்க விரும்பவில்லை.

என் அம்மாவை நான் பார்த்ததேயில்லை. ஆனால் எல்லோரும் சொல்வார்கள், என் அம்மாவை அப்படியே

உரித்த சாயலில் சாந்தி அக்கா இருக்குதுன்னு. என் மூக்கைப் பிடித்து எப்பொழுதுமே இழுத்து விளையாடும் அக்கா. என்னை மிரட்டும்போதெல்லாம் ''உன் மூக்கை அறுத்திடுவேன்'' என்று சொல்வாள். நான் கூட கேட்டிருக்கிறேன். ''ஏன் எப்போதும் மூக்கைப் பிடித்து இழுப்பதும், மூக்கை அறுத்துடுவேனு மூக்க பத்தியே சொல்லிக்கிட்டு இருக்கனு''.

நம்ம அம்மாவோட மூக்கு போல உனக்கும் இருக்கு என்று சொல்வாள்.

தோட்டத்திற்கு சாமந்திப்பூவை பறிக்கப் போகும் போதெல்லாம் முதல் பூவைப் பறித்து தனது நீண்ட நாசியில் வைத்து நன்கு நுகர்ந்த பின்னே பூக்களைப் பறிக்கத் தொடங்குவாள்.

என் வரவை வாசனைகள் வைத்தே சொல்லிவிடுவாள். ஊரில் எல்லோரும் சாமந்திப்பூ சாந்தி என்றே சொல்லிக் கூப்பிடுவாங்க. வெகுசிலரே மூக்கழகினு கூப்பிடுவாங்க. அப்படிபட்ட மூக்கின் சதைகள் அற்று எலும்புகளோடு பார்த்ததில், அடி ஆழத்தில் இருந்து அழுது விட்டேன். மரணத்தின் பேரிரைச்சலை உணர்ந்த நேரமது.

7

இருந்து என்ன ஆகப்போகிறது,
செத்துத் தொலைக்கலாம். செத்து என்ன
ஆகப்போகிறது, இருந்து தொலையலாம்.

கல்யாண்ஜி

கண்களை மூடினாலும் அந்த மூக்கே என்னை இம்சிக் கிறது. அதன் பிறகு பல இறப்பு வீட்டுக்குச் சென்றிருக் கிறேன், ஊர்கூடி அழும் எல்லா சாவுகளையும் விழுங்கி விட்டு துயரம் கவ்வும், உன் சதை அற்ற மூக்கின் காட்சியும் உன் குரலும் இன்னும் என்னுள் இருந்து என்னை இயக்கிக் கொண்டிருக்கிறது.

என்னை எத்தனை முறை தற்கொலையில் இருந்து நீ உயிர் பிழைக்க வைத்திருக்கிறாயோ அத்தனை முறையும் நீயேதான் என்னைத் தற்கொலைக்குத் தூண்டியும் இருக்கிறாய். ஒருமுறை என் கையாலாகத்தனத்தை நினைத்து, முதல் தற்கொலைக்கு முயன்றேன். அது இப்போதும் எனக்கு நினைவிருக்கிறது. எருக்கன் செடியின் இலைகளை உடைத்து உடைத்து அதில் வடியும் பாலைச் சேகரித்து ஒரு டம்ளர் அளவு வந்தவுடன், குடித்ததும் அதில் ஏற்பட்ட மயக்கமும் என்னைக் கொன்றுவிட்டிருக்க

வேண்டும். ஆனால் அந்தச் சதிகார டாக்டர் என்னை உயிர் பிழைக்க வைத்துவிட்டார். அந்தத் துணிச்சோப்பின் நுரையும் நாற்றமும் இப்போது நினைத்தாலும் அடிவயிற்றைப் புரட்டிக் குமட்டுகிறது. சாவதை நான் விரும்புகிறேன், ஆனால் என்னை சார்ந்தவர்கள் என் சாவை விரும்ப வில்லை போலும். அதனால் தான் என்னுடைய ஒவ்வொரு தற்கொலையின் தோல்வியையும் அவர்கள் ருசிக்கிறார்கள். நான் மிகவும் மோசமானவனாக இருந்திருக்கிறேன். என்னையே நான் ஏமாற்றியிருக் கிறேன், திருடியிருக்கிறேன், மனதாலும் செயலாலும் நீ செய்த காரியங்கள் எல்லாம் தவறானவை என்று எனக்கு நானே என்னைச் சொல்லி, என்னை குற்ற உணர்வின் குழிக்குள் தள்ளிக்கொண்டிருக்கிறேன்.

இன்னமும் நான் இந்த பத்தாவது மாடியிலிருந்து குதிக்கவில்லை.

அதனால் நான் சாகவில்லை.

நான் ஏன் சாகவேண்டும்? எந்தக் காரணம் என்னை சாகச் சொல்லி அழுத்துகிறது? மரணத்தைவிடக் கொடிய தனிமையா, இல்லை உறவுகளின் புறக்கணிப்பா? எதுவாக இருந்தால் என்ன! நீ யாருக்காகவும் வாழவில்லை. நீ உனக்காக மட்டும் தான் வாழ்கிறாய். அப்படி இருக்கும் போது நீ ஏன் சாகப் போகிறாய்?

உனக்காக நீ வாழும்போது இந்தத் தனிமை இனிமை யாகத்தானே இருக்கும்!. ஆனால் அதனுடன் நினைவுகள் சேர்ந்து இம்சிக்கும்போது தனிமை ரணமாக அல்லவா இருக்கிறது! நான் பிறக்காமலே இருந்திருக் கலாம், நான் எதற்குப் பிறந்தேன் என்றே தெரியவில்லை.

நான் பிறப்பதற்கு என் அம்மா தவம் கிடந்தாளாம். பெண்பிள்ளை வேண்டாம் ஆண் பிள்ளை வேண்டும்

என்று கோவில் கோவிலாகச் சென்று வேண்டிக் கொண்டாளாம். அதனாலோ என்னவோ தெரியவில்லை, நான் பிறந்து பின் வெகுசீக்கிரத்திலேயே என்னை விட்டுச் சென்று மரணத்தைத் தழுவிக்கொண்டாள். அதன் பிறகு நான் மஞ்சள் காமாலை நோயின் பிடியில் சாகக் கிடக்கையில், என் அக்கா உண்ணாநோன்பிருந்து எனக்காக வேண்டிக் கொண்டாளாம். அவளும் இப்போது இல்லை, எனக்காக வேண்டிக்கொண்ட யாரும் என்னிடமில்லை, இந்த இரண்டு பெண்களின் கனவும் என்னை வாழ வைப்பதிலேயே இருந்திருக்கிறது.

என் உயிர் அவர்களின் அன்பில் இருந்திருக்கிறது. ஆனால் அவர்கள் இருவரையும் நான் இழந்துவிட்டு இங்கே நிற்கிறேன். இன்னும் என்னவெல்லாம் நினைக்கப் போகிறாய் மனமே! இந்தப் பத்தாவது மாடியின் உச்சி எனக்கு இப்போது நன்கு பழக்கப் பட்டுவிட்டது. இதன் நீள அகலம் எல்லாம் எனக்கு அத்துப்படி. இங்கிருந்து வானத்தைப் பார்க்கும் போதெல்லாம் மேகங்கள் நகர்வதைப் பார்ப்பேன் என்னைப் போலவே இந்த மேகங்களும் வானத்தில் இருந்து கீழே குதித்துத் தற்கொலை செய்ய முயல்கிறது போல. ஆனால் என்னைப் போல இந்த மேகங்களும் துரதிஷ்டவாதிதான். ஏனென்றால் தினமும் என்னைப் போலவே தோற்கிறது.

"ஏ! பறந்துச் செல்லும் காகமே நில்.

நான் இங்கே புலம்பிக்கொண்டிருக்கிறேன். நீ என்ன வென்றால் கரைந்துகொண்டே பறக்கிறாய். உன் 'கா... கா...' என்ற சத்தத்தைக் கேட்டால் எனக்கு அருவருப்பாக இருக்கிறது. என் கண்ணில் படாமல் ஓடிவிடு", என்று திட்டிவிட்டாலும் என் கண்கள் காகத்தின்மீது தான் இருக்கிறது.

'காகம் பறந்து தன் கூடடைந்தது, குஞ்சுகளுக்காக தன் அலகில் வைத்திருந்த புழுக்களைத் தன் குஞ்சுகளின் வாய்களுக்குள் ஊட்டியது. அந்தக் குஞ்சுகளில் ஒன்று புழுவுக்காக ஆர்வத்துடன் நெளிந்ததில் கூட்டை விட்டுக் கீழே தவறி விழுந்தது. தாய் காகம் பதறிக் கீழே பறந்தது குஞ்சைக் கவ்வியது. மற்ற குஞ்சுகள் ''ங்கா, ங்கா'' என்று கத்தியது'.

என்ன செய்வது என்று தெரியவில்லை, எச்சிலைக் கூட்டி விழுங்கிவிட்டு நின்று இருந்தவனிடம், சாந்தி சொன்னாள். பார் கோழையே உனக்கு முன்னால் அந்தக் காகம் செத்துவிட்டது. உனக்கு சாகக்கூட தைரியமில்லை. என் மனம் பலவீனமாகிவிட்டது, வலியும் கவலையும் யாருக்கு தான் இல்லை, ஏன் இந்த காகமும் வாழ போராடிக் கொண்டுதானே இருக்கிறது.

ஒருகணம் என் கண்களும் மனமும் மரணித்தது. இதற்கா இத்தனை ஆட்டம்? இப்படி ஒரு நொடியில் முடிந்து விட்டதே. நம்பிக்கைக் கரைந்து கொண்டிருந்த கணத்தில் காகம் சிறகை விரித்துக்கொண்டே, விழுந்த வேகத்தில் மேலே வந்தது.

வாழ்வதற்கு தான் தைரியம் வேண்டும். சாவதற்கு கோழைத்தனம் தான் வேண்டும்.

8

> இறந்தவர்களின் வாழ்க்கை
> வாழ்பவர்களின் நினைவில்
> இடம் மாறுகிறது.
>
> சிசரோ

வாழ்வதற்கு தான் தைரியம் வேண்டும். சாவதற்கு கோழைத்தனம் தான் வேண்டும் என்ற சொல்லை அடிக்கடி சாந்தி அக்கா சொல்லிக் கேட்டிருக்கேன். அப்படிச் சொல்லிய அக்காவா, இப்படித் தீயில் கருகினாள்? என் மனம் ஏற்க மறுக்கிறது.

ஏன் அப்படிச் செய்தாள்? என்ற கேள்வி என்னைத் தூங்கவிடாமல் செய்கிறது. இந்த இரவின் அடர்த்தியும் அதன் மௌனமும் என்னைத் தண்டித்துக்கொண்டிருக் கிறது. காற்றில் கலந்திருந்த சாமந்திப்பூவின் வாசனை என் மனதைக் கரைத்துக் கொண்டிருக்கிறது.

இந்த இரவில் வானம் முழுக்கக் கறுத்திருந்தது, மேகங்கள் எதுவும் என் கண்களுக்குத் தெரியவில்லை. நிலவு மட்டும் ஒளிர்ந்திருந்தது, இந்த ஒளிரும் நிலவைப் பார்க்கையில் அவை என் அக்காவின் கண்களை நினைவு

படுத்துகிறது. அவளின் பார்வை எத்தகைய துயரத்தையும் கழுவிடும் ஒளி நிறைந்தவை. நினைவலைகள் என்னை விழுங்கிக்கொண்டிருக்கும் இந்த அடர் மௌனத்தை நான் உடைக்க விரும்புகிறேன்.

ஏய்... நினைவுகளே என்னை வாழ விடுங்கள்! இல்லை என்றால் வலிக்காமல் என் உயிரை எடுத்துக் கொள்ளுங்கள். வலியை விடவும் நினைவுகள் ரணம் நிறைந்தவை. அவை இந்த ஒட்டுமொத்த இரவின் கருமைக்குள்ளும் பரவிக் கிடக்கிறது. மௌனமே நீ உடைந்து போ, ஆன்மாக்களை இழுக்கும் உன் இரைச்சலிலிருந்து நான் மீள வேண்டும். தூரத்தில் இரண்டு கண்கள் மிளிர்கின்றன, அனேகமாக அது நாயின் கண்களாகத்தான் இருக்க வேண்டும். கால்களும் மனமும் அந்தக் கண்களை நோக்கி நகர்ந்ததில் அந்த ஒளி கொண்ட கண்கள் ஒரு பூனையைத் துரத்திக் கொண்டிருந்த நாயினுடையது என்று கண்டு கொண்டேன். அடர் மௌனத்தை உடைக்க ஒரு நாயின் குரல் எனக்கு உதவியாக இருந்தது. பூனையைப் பிடிக்க முடியாமல் தோல்வியுற்ற அந்த நாய் நாக்கை வெளியே தொங்கப் போட்டுக் கொண்டு உட்கார்ந்தது.

தெருவிளக்கு ஒளிரும் அந்தக் கம்பத்தின் கீழே அது உட்கார்ந்திருப்பதைப் பார்க்கையில் அது இன்னும் சோர்வடையாமலும் பசியுடனும் இருப்பதாகத் தெரிகிறது. ஒரு சிறிய சத்தம் கேட்டாலும் உடனே சீறிப்பாய்கிறது.

ஆனால் அந்த நாய்க்கு எதுவும் கிடைக்கவில்லை. இந்த இரவின் துயரை அதுவும் அனுபவிக்கிறது. சிறிது நேரத்தில் அடர் மௌனம் வந்து ஒட்டிக் கொண்டது, என் அக்காவிற்கு நாய், பூனைகள் வளர்ப்ப தென்றால் மிகவும் பிடிக்கும். பூனையையும் நாயையும் ஒன்றாகச் சேர்த்தே வளர்த்தாள். இப்படி எதிரும் புதிருமாக இருக்கும் இரண்டு விலங்கையும் ஒன்றாக ஒரே இடத்தில் வளர்ப்பது ஒன்றும்

சுலபமான விஷயமில்லை. வீட்டில் பல அசம்பாவிதங்களை அந்தப் பூனையும் நாயும் சேர்ந்தே செய்ததில் நிறையப் பொருட்கள் உடைந்திருக்கிறது.

இதைவிடவும் அவள் வளர்த்த பூனை பலவீடுகளில் புகுந்து எலியைப் பிடித்து எங்கள் வீட்டில் வந்து ரத்தம் சொட்டத் தின்னும். அப்போதெல்லாம் நாயும் பூனையும் உக்கிரமாகச் சண்டையிட்டுக் கொள்ளும்.

வீடு முழுக்க எலிகயின் மரண வாசனை பரவி மூக்கை அடைக்கும். ஒருநாள் பூனையையும் நாயையும் தனித் தனியே சங்கிலி போட்டுக் கட்டிவைத்தாள். அதற்கு உணவாக மீன், பால் என ப்ரியப்பட்டு வாங்கிப் போட்டாள். நாய் மட்டும் கொழுகொழுவென வளர்ந் திருந்தது. பூனை இளைத்துக்கொண்டே இருந்தது. அதனால் பூனையின் சங்கிலியை அவிழ்த்துவிட்டாள். அன்றிலிருந்து வீட்டிற்குப் பூனை திரும்பவேயில்லை.

இரண்டொரு நாள் பூனையை இவளும் தேடிக் கொண்டிருந்தாள். பிறகு தேடுவதை நிறுத்திக்கொண்டாள். ஒரு நாள் சாலை ஓரம் இறந்து கிடந்ததை அறிந்து நானும் அவளும் அங்கே சென்று, பூனையின் உடலை எடுத்து வந்து எங்க சாமந்தித் தோட்டத்தின் ஒரு ஓரத்தில் புதைத்தோம்.

ஒரு சாமந்திப்பூவை எடுத்துக் கண்களை மூடிக் கொண்டே மூக்கில் வைத்து முகர்ந்தாள். புதைத்த இடத்தின் மேலே அந்தப் பூவை வைத்து விட்டு எழுந்தாள். அதற்குப்பிறகு அவள் வேறு எந்தப் பூனையையும் வளர்க்க வில்லை.

நாயை மட்டும் வளர்த்துவந்தாள். அவள் போகுமிட மெல்லாம் நாக்கைத் தொங்கவிட்டபடி, அவளுக்குத் துணையாக வாலையாட்டிய படி பின்னாலேயே போகும்.

9

முழுவதும் மலர்வதற்குள்
மனிதன் மடிந்துபோகிறான் எப்போதும்.

எரிக் ஃரோம்

அந்த நாய்க்குப் பெயர் வைக்க வேண்டும் என்று நானும் என் அக்காவும் யோசித்தோம். எதற்கு பெயர் வைக்க வேண்டும். உயிருள்ள உயிரற்ற எல்லா பொருளுக்கும் நாம் பெயர் வைக்க வேண்டியிருக்கிறது. அப்படி பெயர் இல்லாமல் நம்மால் அதை அழைக்க முடியாதா? அல்லது அதை நினைவில் வைத்துக் கொள்ள நமக்கு பெயர் அவசியமாகிறதா?

நாய்க்கு நாய் என்ற பெயர் இருக்கும்போது அதற்கு எதற்கு இன்னொரு பெயர்? மனிதனுக்கும் மனிதன் என்று பெயர் இருக்கும் போது அவனுக்கு எதற்கு வித விதமாகப் பெயர்கள்? சாமந்திப்பூவிற்கு யார் சாமந்திப்பூ என்று பெயர் வைத்திருப்பார்கள்?

பூக்கடையில் போய், 'சாமந்திப்பூவைக் கொடுங்கள்' என்று கேட்டால் சாமந்திப் பூவைத் தருவார்கள். ஆனால் சாமந்திப்பூவின் வாசனையை எப்படிச் சொல்வது? பல

பூக்கள் நிறைந்த பூக்கடையில் எப்படி சாமந்திப்பூவின் வாசனையை மட்டும் பிரித்தெடுப்பது.

என் அக்காவிற்கு 'சாந்தி' என்று என் அம்மாதான் பெயர் வைத்தார்கள். ஏன் அவள் அந்தப் பெயரை வைக்க வேண்டும். அதன் காரணம் என்னவாக இருக்கும்? நிறைய பெயர்கள் இருக்கையில் ஏன் அந்தப் பெயரை அவள் வைத்தாள். என் அக்காவிற்கு சாந்தி என்ற பெயர் இருந்த போதிலும் ஏன் அவளைச் சிலர் மூக்கி என்றும் சாமந்திப்பூ சாந்தி என்றும் அழைத்தனர்?

இப்படியெல்லாம் பெயர் குறித்துக் குழம்பவுமில்லை யோசிக்கவுமில்லை. உடனே அரசு என்று அந்த நாய்க்கு பெயர் வைத்துவிட்டாள். நாய் அரசாகிவிட்டதால் வெறி பிடித்துவிட்டது, ஊர் மக்களில் சிலர் கால்களின் சதையைப் பதம் பார்த்ததில் பலர் அரசாகிய நாயின்மீது வெறுப்பைக் கொண்டி ருந்தனர். பிறகு அரசின் வாலை அறுக்கச் சொன்னார்கள், அப்படி அறுத்தும் அதன் கொட்டம் அடங்கவில்லை. மீண்டும் ஒரு சிலரின் சதைகளை ருசித்தது, பின் ஊசி போட்டபின்பு வெறி குறைந்தது. ஆனால் வீட்டிற்கு யார் வந்தாலும் குரைத்துக்கொண்டே இருந்தது. அந்த சத்தம் காதைக் கிழித்துத் தலைவலியை ஏற்படுத்தியது. அரசு குரைக்கும் போதெல்லாம் ஒரு பிஸ்கட்டைத் தூக்கி எறிந்தால் போதும், அறுந்த வாலையும் குழைத்து ஆட்டும்.

நாய்க்கு அரசு என்று ஏன் பெயர் வைத்தாய்? என்று எனக்குக் கேட்கத் தோன்றவில்லை. எனக்கும் அந்தப் பெயரை நாய்க்கு வைத்தது பிடித்திருந்தது.

ஒரு நாள் சாமந்திப்பூத் தோட்டத்தில் பூனையைப் புதைத்த இடத்தைத் தன் கால்களைக்கொண்டு நோண்டிக் கொண்டிருந்த அரசைத் தூரத்திலிருந்து கல் எறிந்து விட்டார்கள். அதனால் அரசு பார்வையை இழந்தது,

கால்களில் பலத்த அடி! அன்றிலிருந்து நொண்டிக்கொண்டு நடந்தது. அதன் பிறகு அரசுக்குப் புதுபுதுப் பெயர்கள் கிடைத்தன. 'நொண்டி நாய்', 'ஊழைக் கண்ணு நாய்', 'வெறிபிடிச்ச நாய்' என ஒவ்வொருவரும் அவர் அவர்களுக்கு சௌகரியமான பெயர்களை வைத்திருந் தாலும் நாங்கள் அரசு என்றே அழைத்தோம். அதன் பிறகு அரசுவின் உடல் மெலிந்து கொண்டே இருந்தது. பிறகு சொரிபிடித்த நாய் என்ற புதிய பெயரைப் பெற்றபோது அரசு என்ற நாய் செத்து விட்டது.

10

> நான் சாகப்போவது இதற்காகத்தான் என்று
> ஒன்றை நீ கண்டடையவில்லை என்றால்
> நீ வாழத் தகுதியற்றவன் என்று
> சொல்லிக் கொள்கிறேன்.
>
> மார்டின் லூதர் கிங்

அக்காவிற்கும் அப்பாவிற்கும் அடிக்கடி சண்டை நடக்கும். அப்பா தினமும் குடித்துவிட்டு வருவார். எப்படித்தான் குடிக்கக் காசு கிடைக்கிறது என்றே தெரியாது. சதா போதையின் மிதப்பிலே மிதந்து கொண்டிருப்பார். மிக அரிதாகவே வீட்டில் வந்து சாப்பிடுவார். அம்மா இறந்ததில் இருந்துதான் அவர் இப்படி மாறிவிட்டார் என்று அக்கா சொல்லிக் கேட்டிருக்கிறேன். அதற்கு முன்பு அம்மாவும் அப்பாவும் சேர்ந்தே சாமந்திப்பூந் தோட்டத்தில் வேலைபார்ப்பதும், நிலத்தில் விளைந்த காய்கறிகளை சைக்கிளில் எடுத்துச் சென்று விற்பதுமாகவும் இருந்தார்.

திடகாத்திரமான உடலும் முறுக்கு மீசையின் பின் மறைந்திருக்கும் புன்னகையும் அவரின் தனித்த அடையாளங்களாக இருந்ததாம். அம்மாவின் இறப்பிற்குப்

பின் ரோமங்களை முழுதுமாக மழித்துக்கொண்ட தோற்றத்தில் இந்நாள் வரையிலும் இருக்கிறார்.

எல்லோராலும் மொட்டையன் என்ற பெயரால் அழைக்கப்படுகிறார். ஆனால் அந்தப் பெயரும் அவரின் தோற்றமும் எனக்கு அருவருப்பாகவே இருந்தது, மேல் சட்டை இல்லாமல் அழுக்கேறிய அந்த தேகத்தில் பதிந்திருக்கும் காயங்களில் வடியும் சீழைச் சுற்றித் திரியும் ஈக்களும் என்னை முகம் சுழிக்கச் செய்ததிருந்தது. ஆனால் எந்தவித முகச் சுழிப்பும் இல்லாமல் ஒவ்வொரு முறையும் அப்பாவைக் குளிக்கவைத்துக் காயங்களுக்கு மருந்து பூசி விடுவாள் அக்கா.

மொட்டையன் மொவன் என்று ஊர்க்காரர்கள் என்னை அழைக்கும்போது என்னுள்ளாக எழும் கோபத்தைக் காட்டிலும் அருவருப்பே மிகுதியாக இருக்கும். அத்தகைய தருணங்களில் அக்காவிடம் சொல்லி அழுதிருக்கிறேன். ஆனால் அக்காவோ இதை வேறு விதமாக அணுகுவாள். அவள் காதுபட யாராவது மொட்டையன், பைத்தியக்காரன் என்று பேசுவதைக் கேட்டால் வெகுண்டெழுந்து சண்டைக்குப் போவாள். அதனாலே அவளிடம் கொஞ்சம் பயந்தே வார்த்தைகளை உதிர்ப்பார்கள்.

சண்டக்காரி, பஜாரி வந்துட்டா வாய மூடுங்கடா என்று சொல்லி மௌனிக்கும் அளவிற்கு இருந்தாள். இல்லைனா தன் கூடப் பொறந்தத தனக்குப் பொறந்ததா நினைச்சி வளத்துட்டு, அப்பனையும் பாத்துக்கிட்டு இருக்கமுடியுமா? என்று ஊர் சொல்லிக் கேட்டிருக்கேன்.

அக்காவின் இறப்பிற்குப் பின் அப்பாவை நான் பார்க்கவே இல்லை. அவர் எங்கே போனார் என்று தேடவு மில்லை. அவரைக் காணவில்லை என்ற கவலையும் எனக்கில்லை. அதன் பிறகு வாழ்வில் என்ன செய்வ

தென்றே தெரியாமல் தவித்திருந்தபோது இந்த ஊரை விட்டு வேறு எங்காவது சென்றுவிட வேண்டும் என்று தோன்றியது. நினைவுகளின் அழுத்தம் என்னை அங்கிருந்து நகர்த்தி நகரத்திற்குக் கொண்டு வந்தது.

11

ஒருவன் வெகு சீக்கிரம் செத்துப் போகிறான்
அல்லது காலம் கடந்து மாண்டுபோகிறான்.
எப்படியோ அங்கே வாழ்வு உண்டு நிறைவ
டைந்த வாழ்வு. கோடு வரையப்பட்டுவிட்டது.
எல்லாம் அத்துடன் சேர்க்கப்பட வேண்டும்,
உனது வாழ்க்கையை தவிர நீ வேறெதுமில்லை.

ழான் பால் சார்த்தர்

என்னுடைய ஊரைப்போல இந்த ஊர் இல்லை. மிகவும் பரபரப்பாக இருக்கிறது. இங்கிருக்கும் மனிதர்களும் பரபரப்பாக இருக்கிறார்கள். வெயிலின் தாக்கமும் அதிகமாகவே இருக்கிறது. மரங்களைப் பார்ப்பதே அரிதாக இருக்கிறது. வானுயர்ந்த கட்டடங்களும், வாகனங்களும் என்னுள் பிரமிப்பை ஏற்படுத்துகிறது, அச்ச உணர்வு துளிகூட இல்லை.

இந்த ஊரில் எனக்கு யாரையும் தெரியாது. நான் ஏன் இங்கு வந்தேன்? என்ன செய்யப் போகிறேன்? என்ற எதைப்பற்றியும் முன் தயாரிப்பு எண்ணங்கள் என்னிட மில்லை. என் ஊரின் அசௌகரிய உணர்வு என்னை

கொலை செய்வதாக உணர்ந்தேன். அதிலும் அந்த சாமந்திப் பூவின் வாசனை என்னைத் துன்பப்படுத்தியது. அதனால் இங்கு வந்து விட்டேன்.

என் ஊரின் பாதியளவு நிலப்பரப்பில் இந்தப் பேருந்து நிலையம் இருக்கிறது. இதன் பிரமாண்டமும், டைல்ஸ் தரையும் என்னை ஈர்க்கவில்லை. ஆனால் அந்த அசௌகரிய உணர்வும் சாமந்திப்பூவின் வாசனையும் என்னிடம் இப்போதில்லை என்று மட்டும் உணர்ந்தேன்.

இங்கே மும்முரமாக செல்லும் ஒரு மனிதருக்குக் கூட என்னைப் பற்றித் தெரிய வாய்ப்பில்லை. அப்படியே தெரிந்துகொண்டு என்ன செய்யப்போகிறார்கள். இங்கே உலாவும் ஒவ்வொரு மனிதனின் முகமும் எத்தனைச் சம்பவங்களைச் சுமந்துகொண்டிருக்கும். அவர்களுள் புதைந்துகிடக்கும் வாழ்வை நான் தெரிந்துகொள்ளாதது போல அவர்கள் மட்டும் என்னைப் பற்றித் தெரிந்து கொள்ள வேண்டுமா என்ன?

தூரத்தில் மேல்சட்டை இல்லாமல், தலைமுடியை முழுவதுமாக மழித்துக்கொண்டு அழுக்கேறிய துண்டை இடுப்பில் கட்டியிருந்த ஒருவர் பிச்சை எடுத்துக் கொண்டிருந்தார். அவர் என் அப்பாவாக இருந்து விடக்கூடாது என்று மனம் எண்ணியது.

அவரையே பார்த்திருந்தேன். இவர் தெளிவாகப் பிச்சை கேட்கிறார். என் அப்பா இப்படித் தெளிவாக இருக்க வாய்ப்பில்லை. புத்தி பேதலித்து இருப்பார். இப்படி நேர்த்தியாக ஆட்களைப் பார்த்து கையில் இருக்கும் பாத்திரத்தை அசைத்து உதவி செய்யுங்கள் என்று கேட்கமாட்டார். பிச்சைக்காரரின் மேல் இருந்த பார்வையை மாற்றவே மனம் பிரயாசை கொண்டிருந்தது. சைக்கிளைத் தள்ளிக்கொண்டே ஒருவர் ''டீ டீ'' என்று சொல்லி என் முன்பாக வந்தார். அவரிடம் ஒரு டீயை வாங்கிக் குடிக்கத்

தொடங்கினேன். 'டீ' மிகவும் சூடாக இருந்ததால் என் உதடுகளைச் சுட்டதில் கை அனிச்சையாக டீ கப்பை வேகமாக இழுத்ததில் 'டீ' என் மீதே கொட்டிவிட்டது. அந்தச் சூட்டை என்னால் தாங்கிக்கொள்ளவே முடியவில்லை.

அந்த டீக்காரர் கையை நீட்டி, அங்கே தண்ணி வருது பாருங்க தம்பி, அங்க போய் சட்டையில் பட்ட கரையைக் கழுவுங்க என்றார். சட்டையில் ஏற்பட்ட கரையை நான் கவனிக்கவேயில்லை. என் உடலைச் சுட்ட சூட்டைத்தான் என்னால் தாங்க முடியவில்லை. அதன் எரிச்சல் என் அக்காவின் முகத்தை ஞாபகப்படுத்தியது.

தன் உடல் முழுவதையும் தீயில் எரித்துக்கொள்ள எப்படிப்பட்ட தைரியமும் துணிச்சலும் வேண்டும்? சிறு சூட்டையே என்னால் தாங்கிக்கொள்ள முடியாமல் அவதி கொள்கிறேன். அவளால் எப்படி முடிந்தது? ஏன் அப்படிச் செய்திருப்பாள்? என்ற கேள்வியும் சட்டையில் படிந்த கரையுமாய் அங்கிருந்து நகர்ந்து ஒரு இருக்கையில் அமர்ந்தேன்.

என் எதிரே ஒரு பேருந்து வந்து நின்றது. அதிலிருந்து பலர் இறங்கிக் கொண்டிருந்தனர் அதில் ஒருவர் கையில் சாமந்திப்பூவினால் தொடுக்கப்பட்ட மாலையை வைத்திருந் தார், அவருக்குப் பின் இறங்கிய பெண்களின் கண்களில் கண்ணீர் வழிந்தது முகம் சுருங்கியிருந்தது.

சாமந்திப் பூவின் வாசனை என் நாசியை அடைந்த தருணம் அந்த அழுக்கேறிய பிச்சைக்காரர் என் முன்னே தட்டை அசைத்து தர்மம் பண்ணுங்க என்றார்.

12

ஆபத்துகளிலிருந்து என்னைக் காக்க வேண்டும் என நான் உன்னிடம் இறைஞ்சாமல் இருப்பேனாக. ஆபத்துகளை எதிர்கொள்ளும் துணிவை எனக்கு அளி.

ரவீந்திரநாத் தாகூர் (*கனிகொய்தல்*)

ஐந்து நாளாகிவிட்டது இந்த ஊருக்கு வந்து. கையில் இருந்த பணம் முழுக்க செலவாகிவிட்டது. இனி பசித்தால் என்ன செய்யப் போகிறாய் என்று என் மனமே என்னிடம் கேள்வி கேட்கிறது.

நாளை பற்றிய கவலையில்லை, மரண பயமும் இல்லை. ஆனால் இந்தப் பசியின் மீது மட்டும் பயமாக இருக்கிறது. என்னை மாய்த்துக் கொள்ளும் அளவிற்கு இந்தப் பசி என்னைக் கிள்ளிக்கொண்டிருக்கிறது. வெறும் தண்ணீரை மட்டும் குடித்துக்கொண்டு எத்தனை நாள் நகர்த்த முடியும்?

உயிர் கிள்ளும் அந்த வலியை இதற்கு முன் நான் அனுபவித்ததேயில்லை. இந்தப் பசி வலியைப் போக்கும் உணவிற்கு நான் எங்கு செல்வது? பிச்சை எடுக்கலாமா!

இல்லை இல்லை. வேலை ஏதும் செய்து உணவுக்கு வழிதேடலாமா? அந்த அளவிற்குப் பொறுமையில்லை. பிச்சை எடுக்க வேண்டும் அப்படியில்லை என்றால் திருடிவிடலாமா?

திருடி முன்பின் பழக்கமில்லை. எப்படித் திருடலாம் என்று யோசிக்கும் அளவிற்கு மூளையும் செயல்பட வில்லை. எப்படியாவது பசியை மட்டும் போக்கிட வேண்டும் என்றே இருந்தேன்.

எதிரே ஒரு கடையில் வடை சுட்டுக்கொண்டிருந்தனர். கடையின் முன்பக்கத்தில் பூரி, வடை என உணவு வகைகளை நேர்த்தியாக அடுக்கி வைத்திருந்தனர். அவற்றைப் பார்க்கும்போது அடிவயிற்றின் துடிப்பு அதிகமானது. அங்கே போய் பசிக்கிறது உணவு கொடுங்கள் என்று கேட்போம், கொடுக்காவிட்டால். வெளியே அடுக்கி வைத்திருப்பதை எடுத்துக்கொண்டு ஓடி வந்திடுவோம் எனத் தீர்மானித்துக் கடையை நோக்கி நகர்ந்தேன்.

எண்ணெய்யில் பொரிந்த வடையும், பூரியும் என் கண்களையும் மூக்கையும் துளைத்துக் கொண்டு என் பசியைத் தூண்டிவிட்டது. ஏதாவது சாப்பிடக் கொடுங்க என்று கடைக்காரரைப் பார்க்காமல் பூரியைப் பார்த்துக் கொண்டே கேட்டேன். என் முன்னே மூன்று பூரியும் உருளைக்கிழங்கு குருமாவும் ஒரு உளுத்த வடையும் போட்டு தட்டை நீட்டினார் கடைக்காரர்.

எதுவும் யோசிக்காமல் சாப்பிடத் தொடங்கினேன். அடிவயிற்றின் வலி மெல்ல மெல்ல குறைந்தது. சாப்பிட்டவுடன் காசு கேட்பார்களே, நான் என்ன செய்யப் போகிறேன். இந்த அழுக்கேறிய தேகத்துடன் இருக்கும் என்னைப் பார்த்து எப்படி இவர்கள் நம்பி இங்கே உணவு கொடுத்தார்கள் என்று குழம்பிக் கொண்டிருந்தேன்.

சாப்பிட்டு முடித்தவுடன் கடைக்காரரைப் பார்த்து என்னிடம் காசு இல்லை என்று சொன்னேன். அவர் தெரியும் என்று சொன்னது எனக்கு மிகவும் ஆச்சரியமாக இருந்தது. என்ன பேசுவது என்று தெரியாமல் குழம்பியிருந்தபோது அவரே, "ஒன்னை ஐஞ்சு நாளா இங்க இருந்து பாத்துகிட்டுதான் இருக்கேன். இந்த ஊருல யாரைப் பார்க்க வந்த? ஏன் இங்கேயே இருக்க?" என்று கேட்டார்.

நான் தலைகுனிந்து கொண்டே நின்றிருந்தேன். சற்றுநேர அமைதிக்குப் பின் நான் வேண்டுமென்றால் சாப்பிட்டதுக்கு ஏதும் வேலை செய்யட்டுமா? என்று கேட்டேன். என் கண்களைத் தொடர்ந்து பார்த்தவர் சரி செய் என்றார்.

13

'இரு. எப்படியாவது இருந்துகொண்டிரு'

விக்ரமாதித்யன்

யாரையும் தெரியாது. என்ன செய்யப் போகிறோம் என்றும் தெரியாது. ஒன்றும் புரியாமல் இருந்த எனக்கு, இந்த அறிமுகமில்லாத ஊரில் ஒரு வேலையும் கிடைத்துவிட்டது. என் பெயரைவிட நான் எந்தச் சாதி என்று கேட்டவர்களே அதிகம். அதை வைத்தே வேலைகளைப் பிரித்துத் தந்தார்கள். பேருந்து நிலையத்தில் இருக்கும் ஹோட்டல் என்பதால் இரவு பகல் என இருபத்து நான்கு மணி நேரமும் வேலை இருந்து கொண்டே இருக்கும்.

மூன்று வேளை உணவும், தங்குவதற்கு இடமும் இந்த ஹோட்டலிலே கிடைத்து விட்டது. டேபிளை சுத்தம் செய்வது, ஹோட்டலுக்கு வரும் வாடிக்கையாளருக்கு என்ன உணவு வேண்டும் என்று கேட்டுக் கொடுப்பது, காய்கறி வெட்டுவது, பாத்திரம் கழுவுவது என எல்லா வேலையும் செய்வது மட்டுமல்லாமல் சமையல் மாஸ்டர் இல்லாத நேரங்களில் சமைக்கவும் கற்றிருந்தேன்.

மாதாந்திரச் சம்பளம், டிப்ஸ் என்று என்னிடம் பணம் சேர்ந்தாலும் செலவு செய்வதற்கான சந்தர்ப்பம் அமையவே யில்லை. மாதம் ஒருமுறை உடன் வேலை செய்யும் நண்பர்கள், வீட்டுக்குச் செல்வார்கள். ஆனால் நான் மட்டும் ஊருக்குப் போகாமல் இங்கேயே இருப்பேன். எல்லாரும் என்னிடம் பலமுறை கேட்டிருக்கிறார்கள். நானும் எதையாவது பேசி மழுப்பி விடுவேன்.

எந்தவித நினைப்பும் இன்றி வேலையில் புதைந்து என்னை மறந்திருந்தேன். தினமும் ஹோட்டலில் இருக்கும் சாமி படத்திற்கு மல்லிகைப் பூவை வைத்து வணங்குவது வழக்கம். ஆனால் அன்று சாமந்திப்பூவால் ஆன மாலையை வாங்கி வந்திருந்தார்கள். அதன் வாசனை என்னுள் நினைவுகளைத் தோண்டி எடுத்தது. ஊரில் இருந்து எதையும் எதிர்பார்க்காமல் இங்கே வந்துவிட்டேன். அங்கே எனக்கொரு வீடிருக்கிறது, சாமந்திப்பூ தோட்டமிருக்கிறது. அங்கே பூத்திருக்கும் பூக்களை எல்லாம் யார் பறித்திருப்பார்கள்.

என் அப்பா இப்போது உயிரோடிருப்பாரா? இல்லையா? அப்படியே இருந்தால் எங்கிருப்பார்? என்ன செய்துகொண்டிருப்பார்? என் அக்கா ஏன் தீக்குளித்து இறந்தாள்? நான் ஏன் எல்லாவற்றையும் விட்டுவிட்டு இங்கே வந்தேன்? என்று குழம்பிக்கொண்டதில் என்னால் வேலையே செய்ய முடியாமல் முடங்கிப்போனேன்.

ஒரு வருடத்திற்கும் மேலாக இந்த ஹோட்டலிலே இருந்திருக்கிறேன். மிகுந்த சலிப்படைந்த தருணங்களில் எல்லாம் இங்கிருந்து வேறு எங்கேயாவது சென்று விடலாம் என்று தோன்றும்.

வேறு எங்கு செல்வது? இந்த ஊரில்தான் எனக்கு யாரையும் தெரியாதே என்ற மனநிலை எனக்குப் புதிதாக

இருந்தது. இந்த ஊருக்கு வரும்போது இம்மாதிரியான எண்ணங்கள் என்னுள் எழவில்லை. ஆனால் இப்போது இருப்பது ஆச்சரியம் தான். பற்றற்ற இந்த நிலையை நான் எதைக்கொண்டு சரி செய்யப் போகிறேன். இந்த வாழ்க்கை என்னை எங்கெல்லாம் அழைத்துச் செல்லப் போகிறது?

14

எல்லாமே மனிதனின் கைகளில்தான் இருக்கிறது. மனிதன் தனக்குள் வைத்திருக்கும் திறமைக்கும் சக்திக்கும் ஓர் எல்லையே கிடையாதுதான். நினைத்ததைச் சாதிப்பவனும் அவன் தான். அதேசமயம், தனது அநாவசிய பயங்களினாலும் கோழைத்தனத்தாலும் தனக்குக் கிடைக்கின்ற நல்ல வாய்ப்புகளை யெல்லாம் கை நழுவிப் போக விட்டு விடுபவனும் அவன்தான்.

ஃபியோதர் தஸ்தயெவ்ஸ்கி

ஹோட்டலை விட்டு வந்துவிட்டேன். எங்கே செல்வது என்றுத் தெரியவில்லை. கையில் செலவு செய்யும் அளவிற்குப் பணமிருக்கிறது. ஆனாலும் மனம் குழம்பிக் கொண்டிருக்கிறது. கையில் பணம் இல்லாதபோது கூட இந்தக் குழப்பமில்லை. எங்காவது போகவேண்டும். எதையாவது செய்ய வேண்டும். என்ன செய்வது என்று குழம்பி நின்றிருந்தேன். என் எதிரே வந்த பேருந்தில் ஏறினேன். பேருந்து எதுவரை செல்கிறதோ அதுவரை செல்லலாம் என்று முடிவெடுத்தேன்.

ஜன்னல் ஓர இருக்கையில் உட்கார்ந்து வெளியே பார்த்துக்கொண்டே வந்தேன். முன்னிருக்கையில் இரண்டு ஜோடிகள் கொஞ்சலில் சிணுங்கிக்கொண்டே வந்தனர், என் வலதுப்பக்கமாக இருந்த ஒரு அம்மா தன் மடியில் இருந்த குழந்தையின் நெற்றியில் முத்தம் வைத்துக் கொஞ்சிக் கொண்டிருந்தாள். அதற்கு முன் இருக்கையில் இருந்த முதியவர் சுண்டலில் இருக்கும் பச்சை மிளகாய்த் துண்டுகளைத் தவிர்த்து சுண்டலை எடுத்துத் தன் அருகே அமர்ந்திருந்த முதியவளுக்குக் கொடுத்துக்கொண்டிருந்தார். என் கண்கள் முன்னும் பின்னுமாக அலைந்துகொண்டே இருந்தது.

பேருந்தில் கூட்டம் அவ்வளவாக இல்லை. விரல் விட்டு எண்ணிவிடும் அளவிற்கே இருந்தார்கள். ஜன்னலின் வழியே வந்த காற்று என்னைத் தழுவிக் கொண்டிருந்த நேரம், பேருந்து நின்றது. எல்லாருடனும் சேர்ந்து நானும் இறங்கினேன்.

கடல் அலையின் சத்தம் என்னை அழைப்பதாகவே உணர்ந்தேன். கடற்கரையின் மணல் பரப்பில் அமர்ந்து கொண்டு கடலையே வெறித்துப் பார்த்தபடியே, வலக்கை யில் மணலை அள்ளி இறைத்துக் கொண்டிருந்தேன். உப்புக் காற்று உடல்முழுக்கத் தழுவிக் கொண்டாலும், மனம் புழுக்கத்திலேதான் இருந்தது. மௌனத்திலிருந்த என் உதடுகளின் உள் ஆழத்தின் பேரிரைச்சலை என் மனம் எதிர் கொண்டிருந்தது.

சாந்தி அக்கா ஏன் திருமணமே செய்துகொள்ளாமல் இருந்தாள்? அவள் பின்னாலே சுற்றிவந்த ராஜபாண்டி மாமாவை அவளுக்கும் பிடித்திருந்தது. ஆனால் ஏன் அவள் மாமாவிடம் பேசாமலே இருந்தாள்?

அவளின் மனதிற்குள் என்ன எண்ணங்கள் ஓடியிருக்கும்? ஏன் அவள் அப்படிச் செய்தாள்?

அம்மாவின் மரணத்திற்குப் பின் அப்பாவையும் என்னையும் கவனித்துக்கொள்ளவா? இல்லை வேறு என்ன காரணமாக இருக்கும்?

அப்பா இப்போது எங்கே இருப்பார்? அவரைப் பார்த்துக்கொள்ள ஒரு ஆள் இருந்தபோதே அவர் உடல் அளவிலும் மனதளவிலும் மோசமான நிலையில் இருந்தார். யாருமற்ற போது அவர் எப்படியிருப்பார்? சுயநினைவுடன் இருக்கும் நானே முன்பின் தெரியாத ஊரில் வந்து உணவு கிடைக்காமல் பசியின் அவதியில் துடித்திருக்கிறேன். புத்தி சுவாதீனம் இல்லாமல் அவர் எப்படி அவதி கொண்டிருப்பார்? உயிரோடு தான் இருப்பாரா? இந்த மனம் கண்ட கண்ட குப்பைகளை உள்ளுக்குள் கொட்டிக்கொண்டுக் கிளறிக்கிளறித் துர்நாற்றத்தை ஏற்படுத்துகிறது. உண்மையில் அவர் புத்திகெட்டுப் போகவில்லை. உனக்குதான் புத்திக் கெட்டு போனது, எதை எதையோ நினைத்து குழம்பிக் கொண்டும் பயந்துகொண்டுமிருக்கிறாய்.

நான் குழம்புகிறேனா?

ஆமாம். நீ தான் குழம்பி இருக்கிறாய் இல்லாவிட்டால் உன் ஊரைவிட்டுப் பயந்து கொண்டு இங்கே வந்திருக்க மாட்டாய்.

தெளிவில்லாமல் நீதான் தத்தளித்துக்கொண்டிருக் கிறாய்.

உன்னை யாரென்று தெரியாதபோதும் உனக்கு ஒரு வேலையும் தங்க இடமும் கொடுத்து வாழ்வு தந்தவர் களிடம் கூட நீ சொல்லிக்கொள்ளாமல் வந்துவிட்டாய். இது குழப்பம் இல்லாமல் வேறென்ன?

ஏய் மனப் பிசாசே...

என்னிடம் பேசாதே. ஓடிவிடு.

நான் பிசாசாகவே இருந்துவிட்டுப் போகிறேன். ஆனால் உன்னைப்போல் கோழை இல்லை. மனப் பிறழ்வு கொண்டவனும் இல்லை.

கோபத்தில் கையில் கிடைத்த கூழாங் கல்லை எடுத்து கடலை நோக்கி எறிந்தேன். கடலை அடித்துவிட வேண்டும் என்று நான் முன்நகர்ந்தேன். பெரிய அலை ஒன்று என்னை முழுவதுமாக நனைத்துவிட்டுச் சென்றது.

15

நம்பிக்கை என்ற சக்தியால்தான்
மனிதர் வாழ்கின்றனர். அது இல்லாத
நிலையில் வீழ்ச்சி அடைகின்றனர்.

வில்லியம் ஜேம்ஸ்

என் ஊரின் மனிதர்கள் என்னை வியப்பாகப் பார்க்கின்றனர். உரிமையுடன் வந்து நலம் விசாரிக்கின்றனர். வயதானவர்கள் என் கைகளையும் முகத்தையும் தடவிப் பார்க்கின்றனர்.

"சாந்தியின் தம்பியா வந்திருக்கறது" என்று பெண்களும், மொட்டையனின் மொவனா என்று ஆண்களும் என்னைப் பார்த்துப் பேசினார்கள்.

எனக்கு இவை எல்லாம் புதிதாக இருந்தது. இவர்கள் நலம் விசாரிக்கும் அளவிற்கு நான் இவர்களுக்கு என்ன செய்துவிட்டேன்? எல்லோருக்கும் என்ன பதில் சொல்வது என்று தெரியாமல் நின்றிருந்த போது ராஜபாண்டி மாமா சைக்கிளில் வந்து இறங்கி என்னிடம் வந்து எங்கடா போய்ட்ட. சொல்லாம கொள்ளாம? என்று என் கண்களைப் பார்த்துக் கேட்டார். நானும் மௌனமாக அவரின்

கண்களையே பார்த்திருந்தேன். ‘‘சரி வா போலாம்’’ என்று என்னை அழைத்துச் சென்றார்.

நீ பாட்டுக்குச் சொல்லாமக் கொள்ளாம போய்ட்ட. வீட்டக்கூட பூட்டாம, உன்ன எங்கெல்லாம் தேடினேன் தெரியுமா? பட்டணத்துல வேலை செய்யற முனுசாமி கிட்ட கூடச் சொல்லி அங்கேயும் தேடச் சொன்னேன். அவர் பாட்டுக்குப் பேசிக்கிட்டே வந்தார். என் கண்கள் ஊரைச் சுற்றி பார்த்துக்கொண்டிருந்தன.

கூரைவீடுகளாக இருந்த எங்களின் ஊரில் பல மாடி வீடுகளும், ஓட்டு வீடுகளுமாக இருந்தன. மண் ரோடாக இருந்தது இப்போது சிமெண்ட்ரோடாக மாறியிருந்தது. எனக்கு எல்லாமே புதிதாக இருந்தது.

‘‘என்ன நான் பாட்டுக்குனு பேசிக்கிட்டே வரேன், நீ பாட்டுக்குனு கம்முனு வர’’ என்று என்னை பார்த்துக் கேட்டார்.

பதிலுக்கு என்ன பேசுவது என்று தெரியவில்லை. மௌனமாக ஒரு பார்வைக்குப் பின், ‘‘அப்பா எப்படி இருக்கார்?’’ என்று கேட்டேன்.

நீ போனதுக்கு அப்பறம், அவரும் இங்க இல்ல. எங்க தான் போனாருனு தெரியல. உன்னைத் தேடியதைப் போல அவரையும் தேடிகிட்டு தான் இருக்கோம்.

நான் இன்னும் உறைந்து போனேன். பூட்டியிருந்த வீட்டின் கதவைத் திறந்து உள்ளே நுழைந்தோம். ஒட்டடை படிந்த சுவரும் தூசியும் எலிப் புழுக்கையுமாக இருந்தன.

கருப்பு வெள்ளையில் இருந்த அம்மாவின் புகைப் படத்திற்குப் பக்கத்தில் அக்காவின் வண்ணப் புகைப்படமும் இருந்தது. அதன் அருகே காய்ந்த உதிர்ந்த சாமந்திப் பூக்களைப் பார்த்துவிட்டதும் எனக்குள் சாமந்திப்பூ

தோட்டத்தைப் பற்றிக் கேட்க வேண்டும் என்று தோன்றியது.

அதற்குள்ளாக அவராகவே பேச ஆரம்பித்தார். நீ போனதுக்குப் பிறகு இந்த வீட்டை நான் தான் பாத்துக் கிட்டேன். கொஞ்சநாட்களுக்கு மேல என்னால இங்க இருக்க முடியல. அதான் எங்க வீட்டுக்கே போய்ட்டேன். உங்களோட சாமந்திப்பூ தோட்டத்தையும் நான்தான் பாத்துகிட்டிருக்கேன்.

இப்ப வா நான் நம்ப வீட்டுக்குக் கூட்டிட்டுப் போறேன். இந்த வீட்ட ஆள வச்சி சுத்தம் பண்ணிட்டதுக்கு அப்பறம் இங்க வரலாம் என்றார்.

"தோட்டத்தைப் பார்த்துட்டுப் போகலாமே" என்றேன்.

அவரும் வீட்டுக்குப் போற வழியில்தான போகும் போது பாத்துட்டுப் போலாம் என்று வெளியே வந்து, வீட்டைப் பூட்டிவிட்டு சைக்கிளை எடுத்து என்னைப் பின்னே உட்காரச் சொன்னார்.

16

நம்ப முடியாத அளவுக்கு நமது உடலைக்
கட்டுப்படுத்தும் ஆற்றல் படைத்தது மனம்.

ஆண்ட்ரு மாரஸ்

சாமந்திப்பூ சம்பங்கிப்பூ என இரண்டும் கலந்த வாசனையை என் நாசி நுகர்ந்தது. தோட்டம் பச்சை, மஞ்சள், வெள்ளை என மூன்று வண்ணங்களால் காட்சியளித்தது. தோட்டத்தின் உள்ளே நுழைந்ததும் இடப்பக்கம் சாந்தி தோற்றம் மறைவு என்று பதிந்திருந்த கல்லைச் சுமந்து கொண்டிருந்தது சமாதி.

அதற்குள்ளாக கொஞ்சம் பூக்களைப் பறித்து என் கையில் கொடுத்து அக்கா மேல வச்சி கும்பிட்டுக்கடா என்றார் மாமா.

என் கையில் இருந்த சாமந்திப்பூவின் வாசனை என்னை ஒன்றும் செய்யவில்லை. மெல்ல நடந்து சமாதியின் மேலே பூக்களை வைத்து இரு கைகூப்பி வணங்கி சிறிதுநேரம் கண்களை மூடி மௌனமாக இருந்தேன்.

அக்கா என் கண்முன் வந்தது போல இருந்தது. அவளின் கண்கள் எப்போதும் எனக்கு நம்பிக்கை ஊட்டும் கண்களாக இருக்கும்.

எனக்காக ஊரில் பல பையன்களின் வீட்டில் சண்டைக்குப் போய் இருக்கிறாள். மஞ்சள் காமாலை நோயால் நான் அவதியுற்றபோதும் அக்காவின் நம்பிக்கையும் அரவணைப்பும்தான் என்னை உயிர்பிழைக்க வைத்திருக்கிறது.

ஒவ்வொருமுறையும் என்னைப் பார்த்து ‘நம்ம அம்மா சாகலடா நமக்குள்ள தான் இருக்கு’ நம்மளோட மன தைரியமும் நம்பிக்கையும் தான் நம்ம அம்மா என்று நீ சொன்னது எதுவும் என் மண்டைக்குள் ஏறாமல் மனபிறழ்வு கொண்டவனாய் இருந்திருக்கிறேன். நான் ஏன் இப்படி இருக்கிறேன் என்று தெரியவில்லை. ஒருவேளை அம்மாவின் மரணம் அப்பாவை நிலை குலைய வைத்தது போல உன் மரணம் என்னை இப்படி மாற்றியிருக்குமோ?

எனக்கென்று யாரும் இல்லை என்று இருந்தேன். நாதியற்றவனாய் எனக்குள் நானாகக் கற்பனை செய்து கொண்டு என்னை எனக்குள் சுருக்கிக் கொண்டிருக்கிறேன். நீ வளர்த்த பிள்ளை இப்படி இருப்பதை நீயே விரும்பப் போவதில்லை. ஆனால் உன் இருப்பை நான் இழந்து விட்டேன். என் நம்பிக்கையை நான் இழந்து விட்டேன் என்றே இந்நாள் வரையில் நினைத்திருந்தேன்.

இறந்தும் நீ எனக்கு நம்பிக்கையைத் தான் ஊட்டுகிறாய். உன்னாலே இந்த ஊரில் நான் அறியப் படுகிறேன். எனக்கு யாருமில்லை என்றிருந்தேன். ஊருக்கு வந்தவுடன் உன் பெயரைச் சொல்லி ‘சாந்தியின் தம்பி’ என்று அழைத்து என்னை நலம் விசாரிக்கும் இத்தனை மனிதர்களை நீ தந்திருக்கிறாய்.

நீ இல்லாவிட்டாலும் இந்தத் தோட்டத்தில் வழக்கம் போல பூத்துக் குலுங்கும் சாமந்திப்பூக்களுக்கு இருக்கும் தைரியம், நம்பிக்கை கூட என்னிடம் இல்லாமல் போனது எனக்கு வருத்தமாகவே இருக்கிறது.

என் மனம் ஏன் இப்படி ஆனது. என் எண்ணங்கள் அழகாக இல்லை, என் நினைவுகள் தூய்மையாக இல்லை, அருவருக்கத்தக்க என் எண்ணங்களே என்னை பலவீன மாகவும், நிம்மதியற்றவனாகவும் மாற்றியிருக்கிறது.

இதோ என் அத்தனை அருவருக்கத்தக்க அரூபத்தையும் கொட்டிவிடுகிறேன். உன்னுடன் இருக்கும் அரசிடம் சொல்லிக் கடித்து விழுங்கச் சொல்.

17

எதையேனும் சார்ந்திரு. கவித்துவம், தத்துவம், காதல், இங்கிதம், சங்கீதமிப்படி. எதன் மீதேனும் சாய்ந்திரு. இல்லையேல் உலகம் காணாமல் போய்விடும்.

வண்ணநிலவன்

ஒரு செடி பாறையைப் பிளந்துகொண்டு வளர்ந்து வரும், அப்படியான ஒன்றா? இல்லை வானம் பார்த்த பூமியில் காய்ந்து கொண்டிருக்கும் பயிர்களை ஈரத்தால் உயிர் கொடுக்கும் மழையா? பட்டுப்போன மரக் கிளையினை நம்பிக் கூடுகட்டும் குருவியா? என எப்படி நான் சொல்வது? என்னை நம்பி நீ வந்தது. இன்றும் வியப்பாக இருக்கிறது. மனப்பிறழ்வு கொண்டு அகத்தினுள் புலம்பிக் கொண்டிருந்த ஒரு கோழையைக் காதலிக்க உன்னால் எப்படி முடிந்தது? அதிசயமாக இருக்கிறது. என்னை நினைத்து எனக்கே வியப்பாக இருக்கிறது.

உன் கண்களில்தான் அந்த ஆற்றல் இருக்கிறது. அருவருக்கதக்க மனம் கொண்ட எனக்குள் நீர் சுரக்கும் சுனையாய் காதல் சுரக்கத் தூண்டியது உன் கண்கள்.

முரட்டுத்தனமான கல்லைப் பிளந்து காதல் பூக்கச் செய்த முரட்டுப் பெண்ணே, உன்னால் தான் இது சாத்தியமானது.

தாகம் கொண்ட என் மனதை உயிர் ஊற்றிப் பற்ற வைத்தவள் நீ தானா? எங்கெங்கோ அலைந்து திரிந்த நதி உன்னில் கலக்கத்தானா?

நெருங்கியவரின் மரணத்துயர் படிந்த என்னை, கண்களால் கசக்கிப் பிழிந்து குடித்தவள் நீ தானா?

சாவித்திரி என்ற உன் பெயரைக் கேட்கும்போது எல்லாம் என்னுள் ஏற்படும் புத்துணர்ச்சியை நான் எப்படி சொல்வது?

மனதில் சேர்ந்திருந்த குப்பைகளின் அழுக்கும், முகம் சுளிக்கும் துர்நாற்றத்தையும் வேரறுக்கும் உன் அன்பை எங்கிருந்து பெற்றாய்?

என் அக்காவைப்போல கோள முகமும், நீண்ட நாசியும் கொண்ட உன் உருவமா? அல்லது அரூபமாய் என்னுள் சென்று என்னைக் கிழிக்கும் உன் காதலா? எதுவாகினும் என்ன? ஆனால் இந்த சா என்ற எழுத்தில் துவங்கும் வார்த்தைகளுக்கும் எனக்கும் ஏதோ பந்தம் இருக்கிறது போல் தோன்றுகிறது. சாவு, சாமந்திப்பூ, சாந்தி அக்கா, இப்போது சாவித்திரி.

ஒன்றும் இல்லாதவனை திருமணம் முடிக்கவும் ஒரு தைரியம் வேண்டும். உனக்கும் எனக்கும் திருமணம் செய்து வைத்து விட்டு அளவில்லா சந்தோஷம் கொண்ட ராஜபாண்டி மாமா, எனக்கான எல்லா உறவாகவும் இருக்கிறார்.

சாமந்திப்பூ தோட்டத்தை நானும் அவரும் தான் பார்த்துக் கொண்டிருக்கிறோம். தினமும் பூப்பறித்துப் பூ மண்டிக்கு அனுப்புவதும், கரவை மாடுகளை வளர்த்துப்

பால் கரந்து விற்பதுமாக இருந்த எங்களின் குடும்பத்தில் நீ வந்ததில் இருந்து அளவில்லாத இன்பத்தை நான் உணர்கிறேன்.

என் பற்றுதலை எல்லாம் உன் மீதே கொட்டிக் காதலைச் சுவைக்கிறேன். இந்த வாழ்க்கை மிகவும் அர்த்த முள்ளதாய் இருக்கிறது. என்னை இயக்கும் சக்தியாகவே நீ இருக்கிறாய்.

பகுதி 2

குடம்பை தனித்தொழியப் புட்பறந் தற்றே
உடம்போடு உயிரிடை நட்பு.

குறள் 338

உயிரை, மெய்யை நெடிலாக்கும் எழுத்து "சா"
எல்லா சொல்லும் பொருள் குறித்தனவே

தொல்காப்பியர்

'சா' என்ற எழுத்து எதைக் குறிக்கிறது. சா என்ற எழுத்துத் தமிழ் எழுத்து என்று உங்களுக்கு நன்கு தெரியும். சா என்ற எழுத்தின் ஒலிதான் முதலில் பிறந்திருக்கும். அந்த ஒலியை முதலில் உச்சரித்தது ஆணா? இல்லை பெண்ணா? அதை வைத்து அது ஆணுக்கு உரியதா? இல்லை பெண்ணுக்கு உரியதா? அல்லது இரண்டும் இல்லாமல் பொதுவானதா? என்ற கேள்வி எழுப்பிக் குழப்பியது. ஆய்வு செய்யும்போதே, இவை எல்லாம் மொழி அறிஞர்களுக்கு உள்ள பிரச்சினை என்று என்னை நானே தேற்றிக் கொண்டேன்.

எனக்கும் இந்த 'சா'வுக்கும் என்ன தொடர்பு? அதாவது சா என்ற எழுத்திற்கும் எனக்கும் என்ன தொடர்பு?

சாந்தி அக்காவா? சாவித்ரியா? இல்லை சாதனாவா? மூவரில் எவர் என்று கேள்வி எழுப்பிக் குழம்புவதை விட, மூவரும் என் வாழ்வின் தவிர்க்க முடியாத பக்கங்கள்.

இந்த மூவரின் நினைவும் சாமந்திப்பூவுடன் இணைத்தே பார்ப்பதற்கு, இப்பூக்களைப் போன்ற மஞ்சள்

வண்ண முகங்களா? இல்லை, சாமந்திப்பூவை நாசியில் வைத்து நுகரும் குணமா? இல்லை அவர்களின் மேல் கமழும் சாமந்திப்பூவின் வாசனையா? எது இவர்களை சாமந்திப் பூவுடன் இணைத்த தென்று எனக்கு இது வரையில் புரியவில்லை.

சாவின் வாசனையை நான் சாமந்திப் பூவின் வாசனை யுடனே அறிகிறேன். துயரம் படிந்த மரண வீட்டின் வெளி சாமந்திப் பூக்களின் வாசனையாலே நிரம்பி வழிகிறது.

பெண்களின் அழுகையும், கண்ணீர் விடாமல் துன்பத்தில் உறைந்து கிடக்கும் மனிதனின் துயரை சுமந்து வீசும் அந்த சாமந்திப் பூவின் வாசனையுடன் கலந்திருக்கும் இயலாமையும், தோல்வியும், வன்மமும், குரூரமும், காமமும், தாபமும், ஏழ்மையும், நோய்மையும், காதலும், அவநம்பிக்கையையும் என்னால் உணர முடிகிறது.

சாமந்திப்பூ, சாந்தி, சாவித்ரி, சாதனா, சாவு, சாலை, சாராயம் என எல்லாமும் 'சா' என்ற எழுத்தினுள் உருக் கொண்டு என்னை உலுக்கிக் கொண்டிருக்கிறது.

சாதனா

உலகத்தில் கேள்விகளுக்கு இடமற்ற
ஆகச்சிறந்த கவித்துவமான தலைப்பு
ஒரு அழகிய பெண்ணின் மரணம் தான்.

எட்கா ஆலன் போ

எங்களின் நம்பிக்கை. எங்களின் வாழ்க்கை. எங்களின் காதல் என எல்லாம் சாதனாதான்.

நானும் சாவித்ரியும் படிக்காதவர்கள், கல்வியைப் பற்றி எதுவும் எங்களுக்குத் தெரியாது. ஆனால் சாதனா படித்தாள். ஏதோ நேற்றுதான் எல்லாம் நடந்தது போல இருக்கிறது, இன்று என் தோளுக்கு மேல் வளர்ந்து விட்டாள். மூச்சுவிடாமல் அவள் பேசும் போதெல்லாம் சாந்தி அக்காவையும் சாவித்ரியையும் இவள் ஒருத்தியில் பார்த்திருக்கிறேன்.

சிறுவயதிலிருந்தே பாட்டுப் பாடுவதில் அவளுக்கு அப்படியொரு ஆர்வம். நானும் ராஜபாண்டி மாமாவும் பலமுறை அவளை வற்புறுத்திப் பாடச் சொல்லிக் கேட்டிருக்கிறோம்.

பாட்டுப் பாடுவது மட்டுமல்லாமல், ஓவியம் வரைவது, பேச்சுப் போட்டி, கவிதைப் போட்டி என எல்லா நிகழ்ச்சிகளிலும் கலந்து கொண்டு பரிசுகளை அள்ளிக் குவிப்பாள். ஆனால் தேர்வின் மதிப்பெண்கள் மட்டும் குறைவாக இருக்கிறது என வருத்தப்பட்டு பலமுறை அழுதிருக்கிறாள்.

சாவித்திரியும் பலமுறை சாதனாவின் தலையில் கொட்டியதைப் பார்த்திருக்கிறேன். ''ஏன் இப்படி அடிக்கிற?'' என்று ஒரு நாளும் நான் கேட்டதில்லை.

ராஜபாண்டி மாமா மட்டும் கேட்பார் ''பிள்ளையை ஏன்மா அடிக்கிற'' என்று.

சாவித்திரி சொல்வாள், இப்படி தத்தியா இருந்தா என்னவாகுறது அண்ணே.

நல்லா படிச்சாதானே பிழைக்க முடியும்?

அதெல்லாம் பிழைச்சுக்கலாம்.

என்னா அழகா பாடுறா, படம் வரையறா... இது போதாதாமா?

அது ரெண்டையும் வச்சி என்னண்ணா பண்ண முடியும்?

படிச்சி நல்ல மார்க் எடுத்தாதான் நல்ல வேலைக்குப் போய் கைநிறைய சம்பாதிக்க முடியும்..

ஆமா சாம்பாதிச்சிக்கலாம். நீ பிள்ளைய அடிக்காதமா.

இது எனக்கும் என் புள்ளைக்கும் இருக்கற விஷயம் நீங்க தலையிட வேண்டாம் என்ற வார்த்தை மாமாவின் மனதையும் முகத்தையும் சுருங்கச் செய்தது. அன்றிலிருந்து அவரை வீட்டுப்பக்கம் பார்க்கவே முடியவில்லை.

★ ★ ★

பனிரெண்டாம் வகுப்பின் தேர்வு முடிவுகளில் சாதனா இரண்டு பாடங்களில் தவறிவிட்டாள் என்று அறிந்த சாவித்திரி சாதனாவை பலமாக அடித்தது மட்டு மல்லாமல், நீ எல்லாம் இருப்பதற்கு செத்துப் போய்டு என்றெல்லாம் பேசியிருக்கிறாள்.

மனம் நொந்துபோன சாதனா, அம்மாவின் புடவையைக் கொண்டு தூக்கில் தொங்கிவிட்டாள். ஊர்கூடி அழுதுகொண்டிருந்தது என் வீட்டின் முன்பே, அப்போது வந்த ராஜபாண்டி மாமாவின் கால்களைப் பற்றிக் கொண்டு அழத்தொடங்கினாள் சாவித்திரி.

நீங்க எவ்வளவோ சொன்னீங்க அண்ணே. என் மகளை நானே கொன்னுட்டேன். இனி நான் வாழ்ந்து என்ன பண்ண போறேனு அழுது கூச்சலிட்டு மார்பில் அடித்துக் கொண்டாள்.

நான் சாதனாவின் முகத்தையே வெறித்துப் பார்த்தி ருந்தேன். அவளின் முகம் ஆழ்ந்து தூங்கிக் கொண்டிருந்தது. எழுந்ததும் அவளிடம் ஒருபாடலைப் பாடச்சொல்லிக் கேட்க வேண்டும் என்று காத்திருந்தேன். என்னையும் சாதனாவையும் சுற்றி எல்லோரும் அழுதுகொண்டிருந் தனர், வெளியே பறையடித்துக்கொண்டிருந்தனர், ஆனால் எனக்கு எதுவும் கேட்கவில்லை. நிசப்த வெளியில் சாதனாவின் பாட்டுச் சத்தமும், சாமந்திப்பூவின் வாசனையும் மட்டும் என்னைத் தழுவிக் கொண்டிருந்தது.

ராஜபாண்டி

ஒவ்வொரு மனிதனின் வாழ்க்கையும் ஒரே
மாதிரிதான் முடிவடைகிறது. அவன் எப்படி
வாழ்ந்தான், எப்படி இறந்தான் என்ற
விவரங்கள் தான் ஒரு மனிதனை
மற்றொருவனிடமிருந்து பிரித்துக் காட்டுகிறது.

எர்னஸ்ட் ஹெமிங்வே

ராஜபாண்டி மாமாவைப் பார்க்கும் போதெல்லாம் என் அக்காதான் நினைவுக்கு வராங்க. இருவரும் காதலித்தார்கள் என்பது கூட ஊரறிந்த விஷயம். எதற்காக இருவரும் திருமணம் செய்யாமல் இருந்தார்கள் அல்லது காத்திருந்தார்கள் என்று எனக்குத் தெரியவில்லை.

நானும் இதுவரையில் அவரிடம் கேட்டதேயில்லை. அக்காவின் மரணத்தைப் பற்றித் தெரிந்தவர் அவர் மட்டும் தான் என்று ஊர்க்காரர்கள் சொல்லிக் கேட்டிருக்கிறேன். என் அக்கா கடைசியாகப் பேசியது ராஜபாண்டி மாமாவிடம் தான்.

அக்கா இறந்தபின் திருமணமே செய்து கொள்ளாமல் அக்காவின் நினைவிலே வாழ்ந்து கொண்டிருக்கிறார்.

சாவித்திரிக்கும் எனக்கும் திருமணம் செய்துவைத்து, எனக்கான வாழ்வை ஏற்படுத்தித் தந்தவரும் அவர் தான். எங்களின் குழந்தை சாதனாவை அவர் மடியில் வைத்து தான் காதுகுத்தினோம். என்னைப் பார்க்கும் போதெல்லாம் சொல்வார். உன் அக்கா உன்னை நல்லா பாத்துக்கச் சொன்னா என்று.

நீ காணாமல் போன நேரத்தில் உன்னைத் தேடி அலைந்துகொண்டிருந்தபோது நீ எங்க கிடைக்காமப் போய்டுவியோ என்ற எண்ணம் என்னைக் குத்தும்.

எப்படியோ நான் அவருக்குக் கிடைத்து விட்டேன். அந்த சந்தோஷத்தில் எனக்கான வாழ்வியலை எல்லாம் அவர் தான் உருவாக்கினார். மனப்பிறழ்வு கொண்ட என்னை அன்போடு அரவணைத்தார். ஆனால் என் மனப் பிறழ்வின் படிநிலைகளை அவர் அறிய வாய்ப்பில்லை.

சாதனாவை சாவித்திரி அடிக்கும்போது நான் அவளை அடிக்ககாமல் தடுத்திருக்க வேண்டும். ஆனால் நான் அப்படிச் செய்ய வில்லை.

சாவித்திரி கோபம் கொண்டு சாதனாவைப் பேசிய போதெல்லாம் நான் அமைதியாக இருந்திருக்கக்கூடாது அல்லது சாதனாவுடன் நானாவது அன்புடன் பேசியிருக்க வேண்டும். இப்படி எல்லாம் நான் நினைத்ததில்லை.

ஆனால் இப்படி எல்லாம் இருந்திருக்கலாம் என்று நீங்கள் என்னிடம் சொன்னது நினைவிருக்கு.

சாதனாவின் மரணம் உங்களைப் பெரிதும் பாதிப்புக்கு உள்ளாக்கியிருக்கிறது.

நீங்கள் உங்களுக்குள்ளே புழுங்கி இருந்தீர்கள். அதன் பிறகு என்னைப் பார்க்கும் போதெல்லாம் அருவருக்கும் பார்வையை என்மீது நீங்கள் வீசியதும் எனக்கு நினைவிருக்கு.

ஆனால் உங்களை நான் இப்படி பார்ப்பேன் என்று எதிர்பார்க்கவில்லை.

★★★

சாலையில் எல்லோரும் கூட்டமாக கூடி ஒருவரை அடித்துக் கொண்டிருந்தனர்.

பெண்ணின் அங்கங்களையும் ஆணின் அங்கங்களையும் சொல்லிக்கொண்டே அவரை இரத்தம் கொட்டும் அளவிற்கு அடித்துக் கொண்டிருந்தனர்.

சட்டை கிழிந்து, முகம் முழுக்க இரத்தம் வழிந்து கொண்டிருந்தது, தலையில் இருந்த மயிரையும் வேரோடு பிடுங்கியிருந்தது, கூட்டத்தாரின் கோபம்.

★★★

சாதனாவின் மரணத்திற்குப் பிறகு மாமாவை ஊரில் பார்க்கவேயில்லை. அவர் எங்கு போனார் என்று தேட வேண்டும் என்ற எண்ணம் எனக்குள் எழவில்லை. ஒரு வாரத்திற்குள் அவர் எங்கிருக்கிறார், என்ன செய்கிறார் என்ற தகவல் மட்டும் எனக்கு வந்தது. ஒரு ஊர் பேரைச் சொல்லி அங்கே ஒரு மினி பஸ்ஸில் நடத்துநராக இருக்கிறார் என்று அறிந்தேன். அப்போதும் கூட அவரைப் பார்க்க வேண்டும் என்ற எண்ணம் எனக்குத் தோன்ற வில்லை. ஆனால் சாவித்திரி மட்டும் அண்ணனைப் போய் கூட்டி வா. என்று தினமும் என்னிடம் சொல்வாள். நானும் தலையாட்டிவிட்டு நகர்ந்து விடுவேன்.

★★★

அன்று மாமா நடத்துநராக இருக்கும் பேருந்தின் ஓட்டுநருக்கு பதில் புதிதாக ஒரு ஓட்டுனர் பேருந்தை எடுத்தார். இருபதிருந்து இருபத்தைந்து வயதிருக்கும் அவருக்கு. பேருந்தில் ஏறியவுடன், சத்தமாகப் பாடலை இசைக்கச் செய்தார். மாமாவோ பலமுறை சத்தத்தைக்

குறைக்கச் சொல்லிக் கேட்டார். அவர் சொல்வதைக் காதில் வாங்காமல் இருந்தார்.

★★★

சாவித்திரி இரண்டு நாளாகச் சோர்ந்து போய் படுத்திருந்தாள். அவள் இப்படி சோர்ந்திருந்து இத்தனை ஆண்டுகளில் நான் பார்த்ததேயில்லை. வாடிப்போன கண்களில் நீர் வழிந்து கொண்டேயிருந்தது. எப்போதும் வார்த்தைகளை உதிர்க்கும் உதடுகள் வறண்டு வெடித்திருந்தது. சுருங்கிய கன்னங்கள் என மிகவும் மெலிந்து போயிருந்தாள். இரண்டு நாளும் நான் தான் அவளுக்கு உணவை ஊட்டினேன். மருந்தை விழுங்கி விட்டு உறங்கிக் கிடந்தவள், வாய் திறந்து ராஜபாண்டி அண்ணாவைப் பாக்கணும் என்றாள்.

★★★

அந்தப் புது ஓட்டுநர் ஒரு பள்ளி செல்லும் குழந்தையின் மீது பேருந்தை ஏற்றியதில், கால்கள் நசுங்கிக் கதறிக்கொண்டிருந்தது. பேருந்தில் இருந்த எல்லாரும் பதறிக் கொண்டு இறங்கினர். அதற்குள்ளாக அந்தப் புது ஓட்டுநர் பேருந்தைவிட்டு ஓடிவிட்டார். கூட்டத்தின் கோவத்திற்கு நடத்துநரைப் பிடித்து அடிக்கத் தொடங்கினர்.

★★★

கூட்டத்தில் இருந்து ஒருவர். ''அவர் டிக்கட் கொடுக்கறவர் தான். அவர ஏன் இந்த அடி அடிக்கறீங்க ஏத்தனவன விட்டுட்டு!'' என்றார்.

அடி குறைந்தது, லிங்கச் சொற்கள், அல்குல் சொற்கள் சீழ் சொற்கள் என அவரின் மீது கொட்டபட்டது.

சட்டை கிழிந்தும் ரத்தம் வழிந்தும், கன்னங்கள் வீங்கியிருந்த மாமாவைப் பார்க்க எனக்கு நெருடலாக இருந்தது.

சாந்தியும் ராஜபாண்டியும்

நெருநல் உளனொருவன் இன்றில்லை என்னும்
பெருமை உடைத்திவ் வுலகு.

குறள் 336

சாந்தியின் அம்மாவும் ராஜபாண்டியின் அம்மாவும் தோழிகளாக இருந்தார்கள். ராஜபாண்டி வயிற்றில் இருக்கும்போது அவளுடைய கணவன் இன்னொரு பெண்ணைக் கட்டிக் கொண்டதை நினைத்து வேதனை கொண்டவள் காலப்போக்கில் மனப்பிறழ்வின் உச்சத்தைப் பிடித்து ஆண்களைக் கண்டாலே கோபத்தில் பொங்கிக் கொண்டு வார்த்தைகளை உமிழ்வாள். பித்துப் பிடித்த நிலையில் உடைகளைக் கிழித்துக் கொண்டு திரிந்தவளை, சாந்தியின் அம்மாதான் அரவணைத்துப் பார்த்துக் கொண்டாள். ராஜபாண்டியைப் பெற்றெடுத்த ஓரிரு மாதத்தில் கிணற்றில் தவறி விழுந்தவளைக் காப்பாற்றிப் பாதுகாத்தும் அவள் இறந்துவிட்டாள். அதன்பிறகு கைக்குழந்தையாக இருந்த ராஜபாண்டியைச் சாந்தியின் அம்மாதான் எடுத்து வளர்த்தாள். சாமந்திப்பூந் தோட்டத் திலே இருவரும் வளர்ந்தார்கள். பூப்பறித்து விளையாடிக்

கொண்டிருந்த பருவங்களிலே ராஜபாண்டிக்கும் சாந்திக்கும் திருமணம் செய்துவைக்க வேண்டும் என்ற வார்த்தை இவர்களுக்குள் இயல்பாகக் காதலை வளரச் செய்தது.

அதன்பிறகு இருவரையும் வளர்த்த அம்மாவின் மரணம்! சாந்தியின் அப்பாவுக்குப் புத்திபிறழ்வு என தொடர்வலி இவர்களை மிகவும் நெருக்கமாக்கியது, அப்போது சாந்திக்கு எல்லாமுமாக ராஜபாண்டியும், ராஜபாண்டிக்கு எல்லாமுமாக சாந்தியும் இருந்தனர்.

இருவரும் சேர்ந்தே சாமந்திப்பூந் தோட்டத்தில் பூக்களை வளர்த்துக்கொண்டு வளர்ந்தனர்.

★★★

ராஜபாண்டியனின் அப்பாவும் நோயுற்றுக் கிடந்தார், இறுதியாக ராஜபாண்டியைப் பார்த்துப் பேசவேண்டும் என்று நினைக்கிறார் என்ற செய்தி இவனுக்குள் எந்தவித பாதிப்பையும் ஏற்படுத்தவில்லை சாமந்திப்பூவின் வாசனையிலே வளர்ந்தவனை, அப்பாவின் வாசனையை அறிந்துகொள்ள விருப்பமின்றி இருந்தவனை, வலுக் கட்டாயமாக சாந்திதான் அழைத்துக் கொண்டுபோனாள்.

ஒளி இழந்த அவரின் கண்கள் அவனைப் பார்த்து குறுகிக்கொண்டது, வேதனை வழியும் அந்தக் கண்களை அவனால் உணர முடியவில்லை. அவர் ஏதோ பேசுகிறார். ஆனால் அதன் சத்தம் அவனுக்குக் கேட்கவில்லை. சத்தமில்லாத வார்த்தையை அவர் உச்சரிக்கிறார். கைகளைத் தூக்க முயன்று முடியாமல் செத்துப் போகிறார்.

★★★

சாந்தி, சாந்தியின் தம்பி, சாமந்திப்பூ தோட்டம், சாந்தியின் அப்பா என இவ்வளவு தான் என் உலகம் என்று சொல்லிக்கொண்டிருந்தவனுக்கு. இன்னும் ஓர் அதிர்ச்சி

காத்திருந்தது, அச்செய்தியை அவன் எதிர்பார்க்கவே யில்லை.

***

விறகுகளை சேர்க்க நீ ரொம்பவே கஷ்டப்படுற, பல மைல் தூரம் போய் விறகைச் சேர்த்து அங்கிருந்து நீ தூக்கிக் கொண்டு வருவதும், அதன் பிறகு கால் வலிக்குது என்று சொல்வதும், பச்ச விறகில் தீ பிடிக்காமல் நீ ஊதாங்கோலை வைத்து ஊதிக்கொண்டு கண்கலங்கி இருப்பதையும் பார்க்க விருப்பம் இல்லாமல் தான், உனக்கு அந்த ஸ்டவ் அடுப்பை வாங்கித் தந்தேன்.

சாவித்திரி

எல்லா நோய்களுக்குமான நிவாரணி மரணம்

தாமஸ் பிரௌன்

சாவித்திரி என்னுடைய பக்கத்து ஊரைச் சேர்ந்தவள். சாமந்திப்பூந்தோட்டத்தில் பூப்பறிக்க அவளுடைய அம்மாவுடன் வரும்போது நான் பார்த்திருக்கிறேன். அப்போதெல்லாம் எனக்குத் தெரியாது. சாவித்திரி என் மனைவியாக வருவாள் என்று. குட்டியாகப் பாவாடை சட்டையில் மூக்கொழுகிக் கொண்டிருந்த சாவித்திரியை என் அக்கா சாவி சாவி என்று அழைத்திருக்கிறாள். நானும் சில சமயம் சாவி என்று அழைத்திருக்கிறேன். அவளை இளம்பெண்ணாகப் பார்த்தது ராஜபண்டியன் மாமாவால்தான்.

காணாமல் போய் ஊருக்கு வந்த புதிதில், அமைதியாக ஓரிடத்திலே தனித்திருப்பது பிடித்திருந்தது. எதை பற்றியும் யோசிக்காமல் பித்து பிடித்தவனைப்போல் சுற்றித் திரிந்திருந்தபோது, சாவித்திரியை மீண்டும் பார்த்தேன். அதே சாமந்திப்பூந் தோட்டத்தில், இம்முறை அவளுடைய அம்மா இல்லை. இவள் மட்டும் தான் வந்திருந்தாள். அவள் பூப்பறிக்கும் தோரணை அவ்வளவு அழகாய் இருக்கும். குரலும் கேட்க மிக இனிமையாக இருக்கும். பின்னாளில் அந்தக் குரல் தான் சாதனாவுக்கு அப்படியே வந்தது.

எனக்கான பற்றுதல் அவள்மீது குவிந்தது. நான் பேசத் தொடங்கும்முன் அவளே என்னிடம் முதலில் பேசினாள்.

காணாமல் போனவரு நீங்கதானா? என்றும் இங்க இருக்கற மனுசங்கள எல்லாம் உங்க கண்ணுக்கு தெரியலையா என்று மிடுக்காக அவள் கேட்ட தோரணை எனக்கு மிகவும் பிடித்திருந்தது.

★★★

ஒருமுறை சாமந்திப்பூந் தோட்டத்தின் அருகில் இருக்கும் கிணற்றில் அவள் குளித்துக்கொண்டிருந்தாள். பாவாடையை மார்புவரை கட்டிக்கொண்டு முழு உடலிலும் ஈரம் சொட்டிக் கொண்டிருந்த நேரம் நானும் கிணற்றில் குளிக்கலாம் என்று சென்றிருந்தேன்.

என்னைப் பார்த்தவுடன் வெட்கிகொண்டு எழுந்தாள். பொம்பள குளிக்கற இடத்தில் சத்தமில்லாமல் வந்தா எப்படி? என்று கூச்சலிட்டுக் கொண்டிருந்தாள். நான் எதையும் சொல்லாமல் திரும்பிவிட்டேன். ஆனால் அன்றில் இருந்து அவளின் பார்வை இயல்பாய் இல்லை. என்னாலும் இயல்பாய் பார்த்துப் பேச முடியவில்லை.

ஜடமாக இருந்த உடலின் ஸ்ருதி மாற்றம் கொள்ள முனைப்பு காட்டியது. என்னை மீறி என் கண்கள் அவளைத் தேடுவதைக்கண்ட மாமா, எங்கள் இருவருக்கும் திருமணம் செய்து வைத்தார்.

★★★

திருமணம் முடிந்த ஒருவருடத்தில் சாதனா பிறந்தாள். அவளின் கவனம் சாதனாவை வளர்ப்பதில் குவிந்திருந்தது. சாவித்திரிக்குப் படிக்க வேண்டும் என்ற ஆசை அதிகமாக இருந்தது. ஆனால் அவளால் படிக்க முடியாமல் போனதை எண்ணி பலமுறை அழுதிருக்கிறாள். அதனால் சாதனாவை நிறைய படிக்க வைக்க வேண்டும் என்றே வளர்த்தாள்.

தன் மகள் தன்னை 'அம்மா' என்று அழைப்பதைவிட 'மம்மி' என்று அழைப்பதையே சந்தோஷமாக நினைத்திருந்தாள்.

அதனாலே செலவு செய்து பன்னாட்டுப் பள்ளியில் சேர்க்கச் சொன்னாள்.

நாங்களும் பன்னாட்டுப் பள்ளியில் சேர்த்தும், சாதனாவின் மனமோ பாட்டு, ஓவியம் என இருந்தது.

***

தன் கனவு பற்றியே எண்ணியிருந்த சாவித்திரியின் கண்களுக்கு சாதனாவின் கனவு தெரியவில்லை. இப்போது அவளே சொல்கிறாள், 'தன்னால் தான் சாதனா இறந்து விட்டாள்' என்று அந்தக் குற்ற உணர்வில் அவள் குறுகிக்கொள்கிறாள்.

அவளே அவளை முழுவதுமாக வெறுக்கிறாள்; நடந்ததை எண்ணி அழுது கரைகிறாள். சாதனா சாதனா என்று கத்திக் கூச்சலிடுகிறாள். ராஜா அண்ணே எவ்ளோ சொல்லிச்சி நான் தான் கேட்காம என் புள்ளைய காவு வாங்கிட்டேன் என்று புலம்ப ஆரம்பித்தாள்.

மனக்கவலையின் உச்சத்தால் நோய் வந்து ஒட்டிக் கொண்டு அவளை உருக்கி யெடுத்தது.

படுத்தபடுக்கையாய் இருந்தாள். உடை யெல்லாம் மூத்திர வாடையை உணர்ந்து, தூக்கி நான் குளிக்க வைத்த போதுகூட, என்னைக் கழுவிவிட்ட, என் அழுக்கு நாத்தம் எல்லாம் போயிடுச்சி. ஆனா என் புள்ளைய கொன்ன பாவம் மட்டும் போகாதே.

என்னை ஒரேடியாய் கொன்றுவிடு என்று கத்திக் கொண்டிருந்தவளின் வாயில் துணியை வைத்து அடைத்தேன். அவள் முனகிக்கொண்டேயிருந்தாள்.

சாமந்திப்பூவின் மரணம்

வாழ்க்கை மரணத்தைப் பார்த்து கேட்டது:
மக்கள் என்னை விரும்புவது ஏன்? உன்னை
வெறுப்பது ஏன்? மரணம் சொன்னது
ஏனென்றால் நீ ஒரு அழகிய பொய்,
நான் ஒரு தீர்க்கமான உண்மை.

யாரோ

இந்தச் சாமந்திப்பூந் தோட்டம் ஐந்து தலைமுறையாக எங்களை வாழ வைக்கிறது.

இப்போது சாவித்திரியின் மருத்துவச் செலவுக்காக மாடுகளை விற்றுவிட்டேன். என் கையாலாகாத்தனமும், சோம்பேறித்தனமும் என்னைக் கொல்வது மட்டும் அல்லாமல் என் சாவித்திரியையும் கொன்று விடும் போல. ஆனால் இந்த சாமந்திப்பூந்தோட்டம் தான் எங்களை வாழ வைத்துக்கொண்டிருக்கிறது.

சளைத்து விடாமல் இந்த மண் எங்களுக்காக பூத்துக் குலுங்குகிறது. இம்மண்ணில்தான் என் அம்மாவும் அக்காவும் உறங்குகிறார்கள். அவர்களின் உடல்களை

இங்கே தான் புதைத்திருக்கிறோம். அவர்களின் உடல் தான் இந்த பூமியில் உரமாகி எங்களுக்காக பூத்துக் கொட்டுகிறது. இருந்தும் இறந்தும் எனக்காக செயல்படும் உயிர்கள் அவர்கள். என் அம்மாவும் சாந்தி அக்காவும் அவள் ஆசையாய் வளர்த்த பூனையும், அரசு என்ற நாயும் இங்கே தான் இருக்கிறார்கள். இப்போது அவர்களுடன் சாதனாவும் சேர்ந்துவிட்டாள்.

உங்களுக்காக நான் இதுவரை எதையும் செய்ததில்லை. அம்மாவிற்கும் அக்காவிற்கும் பிடித்த அப்பாவை நான் கவனியாது தொலைத்துவிட்டேன். மனப்பிறழ்வு கொண்டு சுற்றித்திரிந்த என்னை எப்போதும் தாங்கிக் கொண்டிருக்கும் இந்த மண்ணுக்கு நான் எப்போதும் சுமைதான்.

★★★

ஊரில் சாலைகள் போடுவதற்காக அதிகாரிகள் வந்து நிலத்தை எல்லாம் அளந்து கொண்டிருந்தனர். பெருவழிச் சாலையினைப் போட பல விளைநிலங்கள் அந்தச் சாலை வரும் பகுதிக்குள் இருந்ததாக அதிகாரிகள் சொன்னார்கள். அதில் என் சாமந்திப்பூந்தோட்டமும் வருவதாகச் சொன்னார்கள்.

ஊர்கூடி அதிகாரியின் முன் நின்றோம். பல காலமாக விவசாயம் செய்த நிலத்தில் இப்படி திடீர்னு வந்து ரோடுபோட போறோம் என்று சொன்னால் நாங்க என்ன ஐயா பண்றது? என்று கேட்டதுக்கு.

அதிகாரி சொன்ன பதில், அரசாங்கம் உங்களுக்கு எப்போதும் நல்லதுதான பண்ணும். இங்க ரோடு வருதுனா அது உங்க நல்லதுக்குதான.

அதுமட்டுமில்லாம, அரசாங்கம் உங்க கிட்ட இருந்து எடுத்துக்கற நிலத்துக்குச் சரியான தொகையைத் தரும். கூட்டத்தில் சலசலப்புக் குறைந்தது.

★★★

சாவித்திரிக்கு நிலைமை மிக மோசமாக இருந்தது. மருத்துவ செலவையும் என்னால் சமாளிக்க முடியாமல் அவதியுற்றேன்.

நிர்க்கதியாய் நிற்பதுபோன்ற ஒரு உணர்வு.

இப்போது சாமந்திப்பூந்தோட்டமும் கையைவிட்டுப் போகப்போகிறது.

அங்கேதானே என் அக்கா, அம்மா, மகளின் சமாதிகள் இருக்கின்றன.

சாலை போட்டுவிட்டால் அவர்களின் மேலே தினமும் நிறைய வாகனங்கள் ஏறி இறங்குமே. நான் என்ன செய்யப் போகிறேன்? ஊரில் பலரும் கையெழுத்துப் போட்டு விட்டார்கள்.

சாமந்திப்பூவின் வாசனை வீசும் இந்த மௌனம் சூழ்ந்த இடத்தில் வாகன சத்தம் இங்கே உறங்குபவர்களின் காதுகளைக் கிழித்துவிடுமே, நான் என்ன செய்யப் போகிறேன்?

★★★

நான் யோசிப்பதற்குள் என் சாமந்திப்பூந்தோட்டத்தில் கற்களை நட்டு, சாமந்திப்பூச் செடிகளையெல்லாம் சிதைத்துவிட்டார்கள் அந்த அதிகாரிகள்.

அந்தச் செடிகள் எல்லாம் கண்ணீர் வடிப்பது இவர்களுக்குத் தெரியவில்லையா! ரம்மியமாக பூத்துக் குலுங்கும் இந்தப் பூக்களைத் தாண்டி எப்படி இவர்களால் இது முடிந்தது?

என் அக்கா, அம்மா, மகளின் சமாதிகள் இடிக்கப் பட்டிருந்தது. அந்த அதிகாரிகளைக் கொலை செய்யும்

அளவிற்குக் கோபம் பொங்கியெழுந்தது. விரைந்து ஓடினேன். என்னை பலர் சேர்ந்துப் பிடித்து அழுத்தினர். என்னை மீறிக் கண்களிலிருந்து கண்ணீரும் ஆத்திரமும் வழிந்தது.

***

அரசுவைப் புதைத்த இடத்தில் தோண்டியதில் அதன் எலும்புகள் தெரிந்தன. இந்நேரம் அரசு இருந்திருந்தால் இந்த அதிகாரிகளின் கால்களைப் பதம் பாத்திருக்கும். என்னிடம் வாலைக் குழைத்து ஆட்டிக் கொண்டு நாக்கால் நக்கி என் கால்களை வட்டமிடும். இவர்களை என்ன செய்ய முடியும்? இவர்களும் அரசைப் போல தான் யாரோ போடும் பிஸ்கெட்டுக்குக் குழைத்து வாலை ஆட்டியும் நக்கியும் பிழைப்பவர்கள், இவர்களை நாம் என்ன செய்வது?

வடக்கிருத்தல்

வாழ்க்கையின் மறுபெயர் மரணம்
மரணத்தின் மறுபெயர் வாழ்க்கை.

விவேகானந்தர்

சாவித்திரி மிகவும் மெலிந்துவிட்டாள். சதை எல்லாம் எலும்புடன் ஒட்டிக்கொண்டிருந்தது. கண்கள் ஒளி இழந்து, முகத்தின் உள்ளே இழுத்துக்கொண்டிருந்தன. தலைமுடியின் அடர்த்தி குறைந்திருந்தது. உடல் முழுக்க நடுக்கம் கொண்டிருந்தது. அவளைப் பார்ப்பதற்கே மனவேதனையாக இருந்தது.

எங்களுக்காக எப்போதும் கடவுளிடம் பிரார்த்திக்கும் அவளுடைய மனம் இப்போது குற்ற உணர்வின் கூட்டுக்குள் அடங்கியிருக்கிறது. நோய்கொண்ட உடலைவிட, நோய் கொண்ட மனம் நம்மை எளிதில் கரைத்துவிடும். அப்படித்தான் சாவித்திரியும் தன்னைத் தானே குற்றம் சுமத்திக் கொண்டி ருந்தாள்.

ஒவ்வொரு இரவும் சாதனா என்னை மன்னித்துவிடு, சாதனா என்னை மன்னித்துவிடு என்று கத்திக் கொண்டிருப்பாள். பகலில் நான் ஒரு கொலைகாரி என்னைச்

சாகவிடு. என்னைக் காப்பாற்றிப் பாவத்தைச் சம்பாதிக் காதே என்று கத்திக் கூச்சலிடுவாள். இப்படி ஒவ்வொரு நாளும் அவள் மனவதைக்கு ஆளாகினாள்.

படுத்த இடத்திலே சிறுநீர்க் கழிப்பதும் மலம் கழிப்பதும் வாந்தியெடுப்பதுமாக இருந்தாள். அவள் அருகே யார் சென்றாலும் குமட்டிக் கொண்டு வந்து விடுவார்கள். எத்தனைமுறை சுத்தம் செய்தாலும் அவள் மீண்டும் மீண்டும் தன்னைச் சுற்றி அருவருப்பைக் கூட்டிக் கொண்டே இருந்தாள். அவளாக நோயைத் தேடிக் கொண்டிருந்தாள். நோயின் வழியே மரணத்தை எதிர் பார்த்திருந்தாள்.

சாமந்திப்பூந்தோட்டத்தில் சாலை போடுவதை அறிந்தவள், எல்லாம் என் மகளின் சாபம். நான் பாவம் செய்து விட்டேன். கடவுளே என் உயிரை எடுத்துக் கொள் என்று கத்தத் தொடங்கினாள். பின் அருகே இருந்த மரத் தூணில் தலையை முட்டிக் கொண்டாள்.

அதற்குள்ளாக நான் விரைந்து அவளைத் தடுத்தேன். மூத்திரவாடை அடி வயிற்றைக் குமட்டியது. இரு கையால் அவளைத் தூக்கிக்கொண்டு பின் புறத்தில் குளிக்கும் இடத்தில் அமர்த்தி தண்ணீரைத் தலையின் மீது ஊற்றினேன். உடல் முழுக்க நனைந்தது. துணியில் படிந்திருந்த அழுக்கு அட்டை ஒட்டியது போல இருந்தது.

உடலில் ஒட்டியிருந்த துணியை வலுக்கட்டாயமாக உருவினேன். வயிறு முதுகு வரை உள்ளே போய் ஒட்டி யிருந்தது. முதுகுப்பகுதியில் காயம் ஏற்பட்டு இருந்தது.

மார்புகள் தசைகள் இல்லாமல் சுருங்கி இருந்தது. தொடைப்பகுதியில் தசைகள் அற்று எலும்போடு ஒட்டியிருந்தது. உனக்கு விருந்தளித்த உடலை நீ இப்படி இழிநிலையுடன் பார்ப்பதும் நான் வாங்கி வந்த சாபம் என்று முனகத் தொடங்கினாள்.

உடலில் படிந்திருந்த நீரைத் துணியால் துடைத்து விட்டு, துவைத்து வைத்திருந்த துணியில் ஒன்றை எடுத்து அவளுக்குக் கட்டிவிட்டேன். முதுகின் காயத்திற்கு மருந்தைப் பூசிவிட்டு. தட்டில் சோற்றைக் குழைத்து ஊட்டிவிட்டேன். தட்டில் இருந்த சோற்றில் பாதியை விழுங்கி இருந்தாள். குடிக்கத் தண்ணீரை ஊட்டினேன். வாயில் இருந்து தண்ணீர் கிளாஸை எடுத்த அடுத்த நொடி எல்லா சோற்றையும் குமட்டிக் கொண்டு வாந்தியாக எடுத்தாள்.

"இனி என்னுள் எதுவும் தங்காது. நான் செத்துக் கொண்டிருக்கிறேன். என்னோட சாதனாவ பாக்க போறேன். அவகிட்ட போய் மன்னிப்பு கேட்கப் போறேன்" என்று சொன்னாள்.

எனக்கு என்ன சொல்வதென்றே தெரியவில்லை. என் மேலே எடுத்திருந்த வாந்தியைத் துடைத்துவிட்டு அவளைச் சுற்றியிருந்த வாந்தியையும் துடைத்துக் கழுவியபின், குளியல் அறைக்கு வந்து உடைகளைக் கழற்றிவிட்டுத் தலையில் தண்ணீரை அள்ளி ஊற்றினேன்.

★★★

சாவித்திரியைப் புதைக்க எனக்கு நிலமில்லை. ஊர் இடுகாட்டில் புதைக்கவும் எனக்கு மனமில்லை. நோய் வாய்ப்பட்டிருந்தவளைப் புதைப்பதைவிட எரிப்பது நல்லது என்று ஊரார்கள் எடுத்த முடிவில் அவள் நெருப்பில் குளித்து முடித்தாள்; சாம்பலாய் கையில் சுருங்கிவிட்டாள். அந்தச் சூடான சாம்பலின் புழுக்கம் என்னைக் குறுக வைத்தது. அவள் எப்போதுமே நினைத்ததை முடிப்பவள்தான். அவளின் பிடிவாத குணம் அவளை மரணம்வரை கொண்டுசென்று விட்டது.

பகுதி 3

கணம்கொண்டு சுற்றத்தார் கல்லென் றலறப்
பிணம்கொண்டு காட்டுய்ப்பார்க் கண்டும் - மணங்
கொண்டீன்
டுண்டுண்டுண் டென்னும் உணர்வினாற்
சாற்றுமே
டொண்டொண்டொ டென்னும் பறை.

நாலடியார் 25

1

பயம் என்பது பலவீனத்தின் வெளிப்பாடு.
கோழைத்தனத்தின் தோழன். உறுதியின் எதிரி.
மனித பயங்களுக்கெல்லாம் மூலமானது
மரண பயம். இந்த மரண பயத்தை வென்று
விடுபவன்தான் தன்னை வென்றுவிடுகிறான்.
அவன்தான் தன் மனச்சிறையிலிருந்து
விடுதலை பெறுகிறான்.

வேலுப்பிள்ளை பிரபாகரன்

மரணத்தின் கற்பனையுடன்தான் ஒவ்வொரு நாளும் நான் தேநீரைச் சுவைக்கிறேன். கோப்பையில் இருக்கும் தேநீரைப் பருகினால் தீர்ந்துவிடும் என்று தெரிந்து கொண்டே தான், நான் பருகிக்கொண்டேயிருக்கிறேன். தேநீர் நிரம்பிய கோப்பை எப்போதும் கனமாக இருக்கிறது. அதன் சூடும், மணமும் நம்மை இழுக்கும் சூட்சுமம் பெற்றிருக்கிறது.

காலிக் கோப்பைகள் எப்போதும் கனமற்றுக் கிடக்கின்றன. சுவைகொண்ட தேநீரை இறுதித் துளிவரை ருசித்து கோப்பையை வெற்றிடமாக்குகிறோம்.

சுவையற்ற தேநீரைப் பாதியிலே கீழே ஊற்றி விட்டுக் கோப்பையை வெற்றிடமாக்குகிறோம். எப்படியானாலும் கோப்பை வெற்றிடத்தை நோக்கி நகர்கிறது. வாழ்வின் சுவையும் அசுவையும் கொண்ட பொழுதுகள் நம்மை வெற்றிடத்தை நோக்கியே நகர்த்துகிறது. மரணம் என்பது வாழ்வின் அதீத கற்பனை. ஏன் யாராலும் மறுக்கப்படாத உண்மையும் கூட தான். உண்மையைக் கண்டு இந்த மனம் சதா வேதனை கொண்டிருக்கிறது. அதேவேளையில் பொய்யை ருசிக்கவும் உண்மை தேவைப்படுகிறது. உண்மையை ருசிக்க பொய்யும் தேவைப்படுகிறது. உண்மை இல்லையேல் பொய் இல்லை. பொய் இல்லையேல் உண்மையில்லை. இரண்டும் ஒன்றுடன் ஒன்று பின்னிப் பிணைந்திருக்கின்றன. வாழ்வும் மரணமும் அப்படிதான் பின்னிப் பிணைந்திருக்கின்றன.

வாழ்வின் மீதான கேள்விகளை அடுக்கிக் கொண்டே கோப்பை நிரப்பப்படுகிறது. கீழே ஊற்றவும் படுகிறது. இப்படி என் கோப்பையினை நிரப்பிய எந்த உயிரும் என்னிடமில்லை, போதை ஊட்டும் நினைவுகளை மட்டும் சுமந்துகொண்டு மனம் அழுகிக்கொண்டிருக்கிறது.

இதோ இப்போது இந்த பத்தாவது மாடியின் உச்சியில் நின்றுகொண்டு எதை எதையோ யோசித்து புலம்பிக் கொண்டிருக்கிறேன். என் மனம் பித்துப்பிடித்துவிட்டது. சாகவும் ஆசை கொள்கிறது, வாழவும் ஆசை கொள்கிறது, இரண்டில் ஒன்று இப்போது நடந்தால் ஒன்று தோற்று விடும். இரண்டும் ஆசைதான். ஆனால் இரண்டும் ஒரே தருணத்தில் நிறைவேற வாய்ப்பில்லை. ஆனால் இரண்டும் நடக்கும். இப்பொழுது இறந்தால் நானும் என் அம்மா, அக்கா, மனைவி மகள், பூனை, நாய், சாமந்திப்பூந்தோட்டம் என எல்லோருடனும் சேர்ந்திடுவேன். இறக்காமல்

இருந்தால் நினைவுகளுடன் காலம் நகர்த்தி எப்படியும் ஒரு நாள் இறந்திடுவேன்.

இப்போது நான் என்ன செய்யப் போகிறேன் என்று எனக்கே குழப்பமாக இருக்கிறது. ஆனால் இரண்டில் ஒன்றை செய்துவிடுவேன் என்று மட்டும் தெளிவாகத் தெரியும். ஆனால் அந்த ஒன்று எது என்று மட்டும் தெரியாமல் குழம்பியிருக்கிறேன். ஆகையால் நான் குழம்பியும் இருக்கிறேன்; தெளிவாகவும் இருக்கிறேன். தெளிவிற்கான பதிலும், குழப்பத்திற்கான பதிலும் என்னிடம் தான் இருக்கிறது. எல்லாம் என் எண்ணம் தான்.

அந்த எண்ணத்தைதான், நான் கட்டுப் பாட்டுக்குள் வைக்கவேண்டும். அப்படி நடக்க வாய்ப்பில்லை என்று சொல்லிவிட முடியாது.

★★★

இப்போது நான் சாவதாக இல்லை. என் சாவை நான் தற்காலிகமாகத் தள்ளி வைத்திருக்கிறேன். அதற்கான உரிமை எனக்கிருக்கிறது என்று எல்லாத் தருணத்திலும் எனக்கு உணர்த்தியவர் ராஜபாண்டி மாமா தான்.

உறவுகளின் மரணத்திற்குப் பிறகும் வாழ் தலுக்கான பற்றுதலை அவர்தான் எனக்குள் ஊட்டினார். இதோ இந்த அடுக்குமாடிக் குடியிருப்பில் வாட்ச்மேன் வேலையில் இருக்கிறேன். என்னையே பாதுகாத்துக் கொள்ள முடியாத என்னை நம்பி இந்த அடுக்குமாடியில் வசிப்பவர்கள் இருக்கிறார்கள் என்பது தான் ஆச்சரியம்.

2

நிறைவாழ்வு வாழவும் மரணத்தை இனிதாக ஏற்கவும் நேசிப்பு நமக்கு அளிக்கப்படும் ஆற்றல். அப்போது மரணம் நம் வாழ்வின் முடிவல்ல; வாழ்தலின் ஒரு பகுதி.

பெல் குக்ஸ்

நான் மிகுந்த பயந்தாங்கொள்ளியாக இருந்தேன். எல்லா விஷயத்துக்கும் பயந்து கொண்டிருந்தேன். ஆனால் என் மரணத்தைக் கண்டுமட்டும், நான் பயந்ததில்லை. ஏனென்றால் எனக்கு வாழ்வதில்தான் பயம் இருந்தது. சாவதில் சந்தோஷம் தான் இருந்தது.

இப்போது வாழ்வதிலும் பயமில்லை, சாவதிலும் பயமில்லை. ஏனென்றால் நான் இப்போது காவல் காரன். இந்தப் பத்துமாடிக் குடியிருப்பில் வசிக்கும் எல்லா மனிதர்களும் நிம்மதியாக தூங்குகிறார்கள் என்றால், நான் இருக்கிறேன் என்ற தைரியத்தில்தான் அவர்கள் தூங்குகிறார்கள்.

இதைக் கேள்விப்படும்போது, எனக்கே வியப்பாக இருக்கிறது. தினம் தினம் நான் பயந்துகொண்டிருந்தேன்

என் வாழ்க்கையை நினைத்து. என் வாழ்வில் எனக்காக இருந்த உயிர்களெல்லாம் மரணித்த தருவாயில், நான் அவர்களிடமே செல்ல தினம்தினம் முயற்சி செய்து கொண்டிருந்தேன். எனது தற்கொலை முயற்சிகள் எல்லாம் தோல்வியைடைந்தன.

எல்லாவற்றிலும் நான் தோல்வி அடைந்து கொண்டு தான் இருக்கிறேன். தோல்வி என்னுடைய உற்றத் தோழனாக இருக்கிறான். ஆனால் இப்போது நான் மிகவும் மகிழ்ச்சியாக இருக்கிறேன். ஏனென்றால் நான் இப்போது இந்த இடத்தில் வசிக்கும் மனிதர்களையெல்லாம் பாதுகாப்பாகப் பார்த்துக் கொள்வது மட்டுமல்லாமல் அவர்களின் உடைமைகளையும் பாதுகாப் பாகப் பார்த்துக் கொண்டிருக்கிறேன்.

இவர்கள் என்னை வாட்ச்மேன் என்று அழைக் கிறார்கள். ஆனால் இவர்கள் அளித்த இந்த உடை தான் எனக்குப் பிடிக்கவே இல்லை. மிகவும் கரடுமுரடாக இருப்பதைப் போல உணர்கிறேன். செத்துப்போன ஒரு முதலையின் தோலைக் கொண்டு தைத்தது போல இருக்கிறது. என்னுடைய வியர்வையின் நாற்றமே என்னை முகம் சுழிக்க வைக்கிறது.

தலையில் தொப்பியுடன், என்னைப் பார்க்கையில் எனக்கே வித்தியாசமாக இருக்கிறது. வித்தியாசத்தை விடவும் அருவருப்பையே உணர்கிறேன். குளிர் காலங்களில் இந்த உடை மிகவும் பிடித்திருக்கிறது. குளிரிலிருந்து என் தோலை உறையச் செய்யாமல் பார்த்துக்கொள்கிறது. வெயில் காலத்தில் என் தோலை எரித்துவிடுகிறது. சில சமயங்களில் தோலில் சிவப்பாகக் கொப்புளங்கள் பொங்கி வருகின்றன.

அப்போது ஏற்படும் அரிப்பைச் சொரி வதால் உடலில் பல இடங்களில் இரத்தம் வடிந்திருக்கிறது.

தினமும் இந்தக் குடியிருப்புக்கு பலர் வருகிறார்கள். அப்படி வருபவர்கள் பலரும் கழுத்தை இறுக்கி 'டை'யைக் கட்டிக் கொண்டும், காலில் காற்றுப் புகாமல் ஷூவை அணிந்து கொண்டும் இருப்பார்கள். அவர்களைப் பார்க்கும்போது உடல் கூசும்.

ஒருமுறை கரப்பான் பூச்சியைக் கொல்லும், ஒரு இயந்திரத்தை விற்க இங்கே மூவர் வந்திருந்தார்கள். அதில் ஒருவர் தன் காலில் இருந்த ஷூவைக் கழட்டினார். அந்த வாடை இப்போது நினைத்தாலும் அடிவயிற்றை புரட்டிக் கொண்டு வருகிறது. அன்றிலிருந்து டையைக் கட்டிக் கொண்டு வருபவர்களைப் பார்க்கும் போதெல்லாம் அந்தக் குமட்டல் நினைவுக்கு வருகிறது.

எதை விற்பதாக இருந்தாலும் விற்று விட்டுப் போகட்டும். அதற்கு எதற்கு இதுபோல டையைக் கட்டிக் கொண்டும் சட்டையைப் பேண்டிற்குள் விட்டு, காற்று புகாமல் ஷூவை மாட்டிக் கொண்டும் வருகிறார்கள் என்று தான் எனக்குப் புரியவில்லை, தொடக்கத்தில் எனக்கும் இந்த காவல்கார உடையைத் தந்தபோது ஷூவையும் தந்தார்கள். இதுவரையில் என்னால் அதனுள் என் கால்களை விட முடியவில்லை. வேலைக்கும் உடைக்கும் முடிச்சு போடுவதில் எனக்கு உடன்பாடில்லை.

இதோ இன்றும் ஒருவர் அப்படி வந்திருக்கிறார். ஆனால் அவர் எதையும் விற்க வரவில்லை. மூன்றாவது தளத்தில் இருக்கும் சாமி என்பவரைப் பார்க்க வந்திருக்கிறார்.

3

வாழ்க்கை முக்கியமல்ல; அதில் நீங்கள் காட்டும் மனோதிடம் தான் முக்கியம்.

ஜான் கேல்ஸ் வொர்த்தி

சாமி சாரால்தான் நான் இங்கே வேலை செய்கிறேன். என்னை இவ்வளவு மாற்றியவர் அவர்தான். அவருக்கும் சாமந்திப்பூ என்றால் ப்ரியம். அவருக்கு தினமும் சாமந்திப்பூவை வியாபாரம் செய்ததன் மூலமாகத் தான் ராஜபாண்டி மாமாவுக்கும் இவருக்கும் பழக்கம் ஏற்பட்டிருக்கிறது.

சாவித்திரியின் மரணத்திற்குப் பிறகு என்னை இங்கே அழைத்து வந்து, எனக்கான ஒருவேலையையும் வாங்கித் தந்தார். இப்போது ராஜபாண்டி மாமா எங்கிருக்கிறார் என்று எனக்குத் தெரியாது, எப்போதாவது ஒருமுறை திடீரென்று வருவார். இங்கே குழந்தைகள் விளையாட இருக்கும் பார்க்கில் தனியாக உக்கார்ந்துவிட்டுப் போய் விடுவார். நானும் அவரைப் பார்த்து எதுவும் கேட்ட தில்லை. சில சமயம் சாமி சாரை மட்டும் பார்த்துப் பேசுவார்.

ஒருமுறை என்னைப் பார்த்துக்கொண்டே இருந்தார். நானும் அவரிடம் எதுவும் பேசவில்லை, அவரும் என்னிடம் எதுவும் பேசவில்லை. மௌனமாக என் கண்களையே வெறித்துப் பார்த்துக்கொண்டிருந்தார். நானும் கண் சிமிட்டாமல் அவரையே பார்த்துக்கொண்டிருந்தேன். ஆனால் சாமி சார் அப்படி இல்லை, யாரைப் பார்த்தாலும் கண்களாலே பேசுவார், பிறகு ஒரு புன்னகையைச் சிந்துவார், நம்மை அறியாமலே அவரிடம் பேசிடுவோம் அப்படியொரு வசீகரம் அவரிடம் இருந்தது.

முகம் முழுக்க தாடியும் மீசையுமாகக் கருத்தும் வெளுத்தும் அடர்ந்திருந்த முடிக்குள் மறைந்திருந்த முகம். அகலமான நெற்றி, ஒளி சிந்தும் கண்களுடன், கருப்புச் சட்டை வெள்ளை வேட்டி, வலது கையில் செம்புக் காப்பு, செருப்பில்லாத கால்கள் என எப்போதும் ஒரே தோற்றத்திலே இருப்பார்.

தினமும் அவரைப் பார்க்க பலர் இங்கே வருவார்கள், மங்கிய முகத்துடன் வருபவர்கள் அவரைப் பார்த்து விட்டு வீடு திரும்பும்போது ஒளி கொண்ட முகத்துடன் செல்வதைப் பார்த்திருக்கிறேன்.

அவரின் கண்களும், வார்த்தைகளும் நம்மை மயக்கும் தன்மையில் இருக்குமென்று பலர் சொல்லக் கேட்டிருக் கிறேன். நானும் அதை உணர்ந்திருக்கிறேன். ஆனால் நான் அவரிடம் அவ்வளவாகப் பேசியதில்லை, மணிக்கணக்கில் அவர் பேசியதைக் கேட்டிருக்கிறேன். உண்மையில் அந்த வார்த்தைக்குள் எதையோ வைத்து நம் காதுகளுக்கு அவர் அனுப்புவதாக உணருவேன்.

நான் எப்போதும் என்னோடு மட்டுமே இருந்திருந் தேன். வேறு யாருடனும் இருப்பதில் மனம் விருப்பம் கொள்ளவில்லை.

இந்த பத்து மாடிக் குடியிருப்பின் மனிதர்கள் பெரும்பாலும் என்னிடம் பேசியது கிடையாது. அப்படியே பேசினாலும் தேவையையொட்டியே பேசுவார்கள். இங்கே வசிப்பவர்கள் எல்லாம் என்னிடம் பேச வேண்டுமென்று நானும் எதிர்பார்க்கவில்லை. ஆனால் நான் எதிர்பார்த்தது எல்லாம், சாமி சார் என்னிடம் பேச வேண்டுமென்றுதான். அவரும் என்னைப் பார்க்கும் போதெல்லாம் பேசுவார். நான் அவ்வளவாக பேசாமல் மௌனமாகவே இருப்பேன். மௌனம், விஷமும் மருந்தும் என இரண்டு தன்மையும் கொண்டது எனச் சொல்லிவிட்டு, உங்களுடைய மௌனம் இதில் எது என்பார்?

அதற்கு நான் பதிலாக மௌனத்தையே உதிர்ப்பேன்.

★★★

என் பேச்சில் எச்சில் நாற்றம் வீசுவதை நான் உணர்கிறேன். அந்த நாற்றம் என்னுடைய இயலாமையைச் சுமந்துகொண்டு அடுத்தவரின் காதைத் தாக்க எனக்கு விருப்பமில்லை. அப்படியே இருப்பினும் என் பேச்சு என்ன செய்துவிடப் போகிறது. எந்த மாற்றத்தையும் அது தந்துவிடாது, என் வார்த்தைகள் என் உணர்வின் வெளிப்பாடாக அல்லது என் புரிதலின் வெளிப்பாடாக இருக்கலாம். ஆனால் அதற்கு மொழி அவசியமாகிறதா? அப்படியே நான் ஒரு மொழியைப் பயன் படுத்தும்போது, அந்த மொழியால் நான் அந்நியமாகத் தெரிவேன். மற்றவர்களுக்குச் சைகையால் எல்லாவற்றையும் வெளிப்படுத்த முடியுமா? அப்படிச் சைகையால் வெளிப் படுத்தும் அளவிலேதான் இங்கே எனது பழக்கம் இருந்துகொண்டிருக்கிறது. அதிலும் எனக்கு இங்கே கொடுத்திருக்கும் விசிலைக் கொண்டு நான் எழுப்பும் ஒலியே போதுமான தாக இருக்கிறது. என் விசில் எழுப்பும் ஒலி இந்தப் பத்து மாடிக்கும் கேட்கிறது. நான் எந்த

மொழியைக் கொண்டு பேசினாலும் இவ்வளவு தூரம் கேட்க வாய்பில்லை. அதனால் இந்த விசிலிலிருந்து எழும் ஒலியே என் மொழி. இதை மிகவும் வீரியம் மிக்க மொழியாக நான் உணர்கிறேன்.

இரவு நேரங்களில் பக்கத்துத் தெருக்களிலிருந்து, யாரோ விசிலைக்கொண்டு பேசிக்கொண்டிருப்பது என் காதுகளில் விழும். அப்போது தான் தெரிய வந்தது, விசிலைக் கொண்டு எழுப்பும் மொழி எனது மொழி மட்டுமல்ல, என்னைப் போன்று பலர் இந்த இரவின் தனிமையைப் போக்கவும், இந்த இரவின் மௌனத்தை உடைக்கவும், இந்த இரவில் பாதுகாப்பு உணர்வை மேம்படுத்தவும் விசிலைக் கொண்டு பேசிக்கொண்டிருக் கிறார்கள் என்று. நானும் சில சமயம் அவர்களுக்குப் பதில் வார்த்தைகளை, இந்த விசிலைக்கொண்டு சொல்லி யிருக்கிறேன்.

★★★

எனக்கு விசில் பிடிக்கும் என்று எப்படி சாமி சாருக்குத் தெரிந்தது என எனக்குத் தெரியவில்லை, நானும் அதை ஆராய விரும்பவில்லை. நான் ஏற்கனவே வைத்திருந்த விசில், பிளாஸ்டிக்கால் ஆனது. இப்போது சாமி சார் வாங்கித் தந்திருக்கும் விசில் தங்கக் கலரில் இருக்கிறது. மிகவும் கனமாகவும் இருக்கிறது. பார்ப்பதற்கு அழகாகவும் இருக்கிறது சூரிய ஒளியில் பட்டு மின்னிக்கொண்டிருந்தது. ஊதினால் அதே சத்தம் தான் ஒலித்தது. ஆனாலும் பழைய விசிலினை ஊதிய மனத்திருப்தி இதில் இல்லை என்பதை மட்டும் தெளிவாக உணர்ந்தேன்.

புது விசில் எப்படி இருக்கிறது என்று அவரும் கேட்கவில்லை. நானும் சொல்லவில்லை. பிளாஸ்டிக் விசிலுக்கு இப்போது ‘பழைய விசில்’ என்ற பெயரும் கிடைத்தது.

4

எல்லா விஷயங்களும் முடிவுக்கு வருவதாக
நீங்கள் நினைத்துப் பயப்படும் நாள்தான்
நீங்கள் எல்லையற்றதாக மாறும் பிறந்தநாள்.

செனகா

சாமி சார் வாங்கிக் கொடுத்த விசில் எப்போதும் என் கழுத்தில் தொங்கிக்கொண்டிருக்கும். அந்த விசில் எனக்கும், இந்தப் பத்துமாடிக் குடியிருப்பில் வசிக்கும் அனைவருக்கும் பாதுகாப்புக் கவசம் போலவே தோன்றியது. இதன் ஒலி எனக்குள் ஒரு நம்பிக்கையை ஏற்படுத்திக்கொண்டிருக்கும். இதற்கு முன்பு என்னிடம் இருந்த விசில், இப்போது என்னிடம் இல்லை. அந்த விசிலை, எனக்கு முன்பு இங்கே வேலை செய்த வாட்ச்மேன் வைத்திருந்தார். அந்த விசிலை என்னிடம் கொடுக்கும்போது அதன் எச்சில் நாற்றம் எனக்குப் பிடிக்கவில்லை. அந்த விசிலைத் தண்ணீரில் ஊற வைத்துக் கழுவிய பின்பே நான் அதைப் பயன் படுத்தினேன். அதேபோல முன்பிருந்த வாட்ச்மேன் தங்கிய அறையே எனக்குக் கொடுத்தார்கள், சாராய பாட்டிலின் மூடிமேல் ஒட்டியிருந்த ஸ்டிக்கர் எல்லாம் அறையின் சுவர்களில் ஒட்டப்பட்டிருந்தது, சிகரெட்டின் துண்டுகளுடன் அழுக்கேறி இருந்தது.

வந்த புதிதில் அந்த அறை எனக்குப் பிடிக்கவே யில்லை. குழந்தைகள் விளையாடும் இந்தப் பூங்காவிலே படுத்துக்கொள்வேன். பூங்காவிலும் பல நேரத்தில் சிலர் சிகரெட்டைப் பிடிப்பார்கள். எனக்கு இந்த சிகரெட் புகையின் நெடி துளிகூடப் பிடிக்காது. ஒருவித ஒவ்வாமை என் அடி ஆழத்திலிருந்து இருமலை வரவைத்துவிடும்.

ஒருநாள் மழைக் கொட்டித் தீர்த்துக் கொண்டிருந்தது. அன்று இந்தப் பூங்காவில் படுக்க முடியமால், முதல் முதலாக அந்த அறையில் இரவைக் கழிக்க நேர்ந்தது. இரவு முழுக்கத் தூக்கம் வராமல் அறைக்குள்ளாகவே அலைந்துகொண்டிருந்தேன். இரவோடு இரவாக அறையைச் சுத்தம் செய்தேன். சுவரில் ஒட்டியிருந்த ஸ்டிக்கரை எல்லாம் எடுத்ததில் சுவரின் பெயிண்ட்டும் ஸ்ட்டிக்கரோடு வந்து விட்டதில், அறையின் சுவர் அருவருப்பாக இருந்தது. விடிந்ததும் அறையில் சேர்ந்திருந்த குப்பைகள், சாராய பாட்டில்கள் என எல்லா வற்றையும் ஒரு சாக்குப்பையில் போட்டு அழுத்திக்கொண்டிருந்தேன். அப்போது தான், சாமி சார் இன்னொருவரை அழைத்துக் கொண்டு உள்ளே நுழைந்தார்.

இவரும் இனி உங்களோடு தான் இருப்பார், பகல் இரவு என ஒருவர் மாற்றி ஒருவர் இங்கே காவல் வேலையைச் செய்யுங்கள் என்று சொல்லிவிட்டு அறையைச் சுற்றிப் பார்த்தார்.

★★★

இப்பொழுது நான் தனியாக இல்லை, என்னுடன் இன்னொரு மனிதரும் இருக்கிறார். அவர் என்னை விடவும் மிகவும் தளர்ந்திருக்கிறார். வயதிலும் என்னை விட மூத்தவராகத் தான் இருக்கமுடியும். சுருங்கிய தோலும் நடுக்கம் கொண்ட உடலும் பொறுமையான பேச்சும்,

நரைத்த முடியுமாக மெலிந்திருந்தார். நான் எப்போது பேசுவேன் என்று காத்திருப்பது போன்ற ஒரு பார்வையை வீசினார். ஆனாலும் நான் அவரிடம் பேசவில்லை, அவராக என்னிடம் பேச வந்தார், என்னைப் பற்றி விசாரித்தார்.

எத்தனை நாட்களாக நான் இங்கே இருக்கிறேன் என்று விசாரித்தார். என் ஊர் என்னவென்று விசாரித்தார். என் பெயர் என்னவென்று விசாரித்தார். எல்லாவற்றுக்கும் நான் பதில் சொல்லியாக வேண்டியிருக்கிறது. ஆனால் நான் எல்லா கேள்விக்கும் பதில் சொல்ல விரும்பவில்லை.

நான் ஏன் அதற்கெல்லாம் பதில் சொல்லவில்லை என்று அவரும் என்னிடம் கேட்கவில்லை. பசி எடுக்கிறது சாப்பிட வேண்டும். சாப்பாடு எங்கே கிடைக்கும் என்று கேட்டார். இங்கு நான் வந்ததிலிருந்து சமைத்தோ அல்லது கடையிலிருந்தோ வாங்கி சாப்பிடுவதில்லை, இந்தப் பத்துமாடிக் குடியிருப்பில் வசிப்பவர்கள் செய்யும் சமையலில் மீந்தவைகளே, எனக்கு மூன்று வேளை உணவு என்றேன். அவரிடமிருந்து பதிலாக மௌனம் மட்டுமே வந்தது. என்னுடன் சேர்ந்து அவரும் நடக்க ஆரம்பித்தார். நானும் எதுவும் பேசாமல் நடந்து கொண்டிருந்தேன். அவராகப் பேசத் தொடங்கினார். அவரைப் பற்றிச் சொல்ல ஆரம்பித்தார், அவருக்கு இரண்டு பிள்ளைகள் இருக்கிறார்களாம். அவர்கள் இருவருக்கும் திருமணம் செய்து வைத்து பேரக் குழந்தைகளுடன் இருந்திருக்கிறார். தான் சம்பாதித்த சொத்துகளை எல்லாம் தன் பிள்ளைகளுக்கு எழுதி வைத்த மறுதினம் இவரையும் இவரின் மனைவியையும், ஆசிரமத்தில் சேர்த்ததாகச் சொன்னார்.

"மனைவி மனவதையாலே இறந்து விட்டாள். அதன் பின் என்னால் அங்கே இருக்க முடியவில்லை. தற்கொலை செய்ய முடிவெடுத்துக் கடற்கரைக்குப் போனேன். இந்த சாமி சார் தான் என்னைக் காப்பாற்றி, இங்கே அழைத்து

வந்தார்'' என்று தன்னுடைய முழுக்கதையையும் சொல்லி விட்டு என்னைப் பார்த்தார். எனக்கு எதுவும் சொல்லத் தோன்றவில்லை. நான் எதையாவது சொல்வேன் என்றே அவர் எதிர்பார்த்தார். ஆனால் அது நிகழவில்லை.

5

இருளை நொந்து கொள்வதற்குப் பதிலாக
ஒரு சிறிய மெழுகுவர்த்தியை ஏற்றுவது
மேலானது.

கான்ஃபுயூசியஸ்

தினமும் சாமி சாரைப் பற்றியே பேசிக் கொண்டிருப்பார். இவர் மட்டுமல்ல, இந்தப் பத்துமாடிக் குடியிருப்பில் வசிக்கும் பலர் சாமி சாரைப் பற்றி பேசி நான் கேட்டிருக்கிறேன். தாமாக முன்வந்து எல்லோருக்கும் உதவி செய்வார். புன்னகை பூத்த முகத்துடன் எல்லோரிடமும் பேசுவார். புன்னகையற்ற அவரின் முகத்தை இதுவரையில் நான் பார்த்ததில்லை.

வாழ்வின் எல்லாவித அனுபவத்தையும் பெற்ற தோரணையில் அவர் பேசுவார். மரணத்தைப் பற்றி பேசும்போதும் அல்லது கேள்விப்படும்போதும் மட்டும் முகம் சுருங்கிப் போவதை அன்று தான் பார்த்தேன்.

இந்தப் பத்து மாடிக் குடியிருப்பின் அருகில், ஒரு ஏரி இருக்கிறது. அந்த ஏரியில் தண்ணீர் குறைவாகத்தான்

இருந்தது. ஆனால் சாக்கடை நீர் ஓடவும், குப்பை கொட்டும் இடமாகவும் அந்த ஏரி மாறியிருந்து. சொரி பிடித்த நாய்களும் காகத்தின் கூட்டமுமாக அந்த இடம் இயல்பை இழந்திருந்தது. ஏரியின் வலப் பக்கத்தில் புதிதாகக் கட்டட வேலை களுக்கான பொருட்களும் குவிந்திருந்தன.

வழக்கத்திற்கு மாறாக அந்த இடத்தில் போலிஸ் கூட்டமாகக் கூடியிருந்தார்கள். அடையாளம் தெரியாத ஒரு மனிதப் பிரேதம் அங்கே கிடக்கிறது என்று சொல்லிக் கொண்டார்கள். சிறிதுநேரத்தில் அங்கிருந்த போலிஸ் காரர்களில் இருவர் இங்கே வந்து என்னிடம் விசாரிக்கத் தொடங்கினர்.

இந்தக் குடியிருப்பில் எத்தனை பேர் வசிக்கிறார்கள், அவர்கள் என்னென்ன வேலை செய்கிறார்கள் என்ற விவரங்களை என்னிடம் கேட்டுக்கொண்டிருந்தனர், அதற்குள்ளாகவே சாமி சாரும் வந்துவிட்டார். பிறகு அவர்கள் கேட்ட கேள்விகளுக்கெல்லாம் சாமி சாரே பதிலைச் சொல்லிக்கொண்டிருந்தார். பிறகு போலிஸ் காரர்களுடன் சாமி சாரும் நானும், அந்தப் பிரேதம் இருக்கும் இடத்தை நோக்கிச் சென்றோம். நெருங்க நெருங்க பிரேதத்தின் அழுகல் நாற்றம் எங்களை அனிச்சையாகவே மூக்கை மூட வைத்தது.

★★★

அந்தப் பிணத்தின் பெயர் என்னவென்று எங்களுக்குத் தெரியவில்லை. அது ஒரு ஆணின் உடல், அந்த உடலின் வயது அனேகமாக இருபத்தியேழிலிருந்து, முப்பத்தைந்து வயதிற் குள் இருக்கலாம். அப்பிணம் சுமந்திருக்கும் கதை என்னவாக இருக்கும்.?

உயிருள்ள உடலின் முகத்தைப் பார்த்தே அவர்கள் மறைத்துச் சுமந்திருக்கும் துன்பத்தையும், கவலையையும்

சொல்லமுடியாத நிலையில், எப்படி இந்த இறந்த உடலைப் பார்த்துக் கண்டுபிடிப்பது?

அதிலும் இந்தப் பிணத்தின் முகம் கொஞ்சம் அழுகி இருக்கிறது. வலது காதினை முழுக்க புழுக்கள் தின்ற மீதியைப் பார்த்ததில் எச்சிலைக் கூடக் கூட்டி விழுங்க முடியவில்லை.

கொலையா இல்லை தற்கொலையா. எதுவாக இருந்தாலும் ஒரு காரணம் இருக்கும். அந்தக் காரணத்தைக் கண்டுபிடிக்க வேண்டிய வேலை போலிஸ்காரர்களிடம் இருக்கிறது. அதற்காகத் தான் அவர்கள் எல்லாரையும் சந்தேகக் கண்ணோடு பார்க்கிறார்கள். பாதி அழுகிய பிணத்தையும் தோண்டி எடுத்து, பத்திரப்படுத்தி ஆராய் கிறார்கள். பிணத்தைச் சுற்றிக் கிடக்கும் ஒரு மயிரைக்கூட விடாமல் சேகரிக்கிறார்கள். எப்படியாவது கண்டுபிடிக்க வேண்டும் என்ற உந்துதலில் இயங்குகிறார்கள். ஆகையால் அது அவர்களுடைய பிரச்சினை. நாங்கள் ஏன் இங்கே இந்த பிணத்தைப் பார்க்க வேண்டும்.

பார்த்த மாத்திரத்தில் சாந்தி அக்காவின் எரிந்த முகமும், நோயில் சுருங்கி இறந்த சாவித்ரியின் முகமும், கள்ளமில்லா என் மகள் சாதனாவின் முகமும் ஒரு கணம் என் கண்முன்னே வந்து போனது. ஒரு மரணச் சம்பவம் நம் வாழ்வில் என்னவெல்லாம் செய்துவிடுகிறது. ஒருசிலரின் மரணம் நம்மை ஆழ்ந்த துன்பத்தில் அழுத்தி விடுகிறது, ஒருசிலரின் மரணம் நம்மைத் தனிமைக்குள் தள்ளிவிடுகிறது. ஒரு சிலரின் மரணம் குற்ற உணர்வுக்குள் அழுத்திவிடுகிறது. மிகவும் அரிதாகவே சிலரின் மரணம் நம்மை சந்தோசப்படுத்தும்.

இங்கே பிணமாகக் கிடக்கும் இந்த மனிதர் யாரென்று எங்களுக்குத் தெரியாது. என்ன பெயர், என்ன ஊர், எதுவும் தெரியாது. வெறும் பிணத்தை வைத்து எந்த ஜாதிப்

பிணமென்று சொல்ல முடியுமா என்ன? அப்படியே இந்த ஜாதி பிணம்தான் இது என்று சொன்னாலும் பிரச்சினைக்கு வந்துவிடுவார்கள். ஆக மொத்தத்தில் ஒருவர் மரணித்தது பிரச்சினையில்லை. அவர் இந்த ஜாதியைச் சேர்ந்தவர் என்று சொல்வதுதான் பிரச்சினை.

அந்தப் பிணத்தின் முகத்தில் தாடிமயிர் அதிகமாக இருந்ததைப் பார்த்த ஒரு போலிஸ்காரர் சொன்னார். பிணத்தின் ஆண் குறியைப் பார்த்தால் இந்தப் பிணம் என்ன மதத்தைச் சார்ந்தது என்று கண்டுபிடித்து விடலாம் என்றார். ஒரு பிணத்தின் மரணத்தை அல்லது தற்கொலையை அல்லது கொலையைக் கண்டுபிடிக்க ஜாதியும் மதமும் ஆண்குறியும் பார்க்க வேண்டுமா? என்ற கேள்வியை எழுப்பி விட்டு பிணம் பாதி அழுகிவிட்டது, அதனால் அது எந்த ஜாதி, மத பிணத்தின் ஆண்குறி என்று பார்ப்பது கஷ்டம் என்றார், சாமி சார்.

★★★

என்னுடைய வாழ்வின் அர்த்தமற்றத் தன்மையை, அர்த்தமுடையதாக மாற்றியது என் குடும்பத்தின் மரணம்தான். விபத்தில் ஒட்டுமொத்தக் குடும்பத்தையும் பறிகொடுத்து விட்டு நான் மட்டும் பிழைத்துவிட்டது என் வாழ்வில் நான் பெற்ற தீரா சாபம் என்று கண் கலங்கிக் கொண்டார் சாமி சார்.

எதுவும் பேசாமல், அவரையே வெறித்துப் பார்த்திருந் தேன். எனக்கு எதுவும் பேச தோன்றவில்லை. அவராக என்னைக் கட்டிக்கொண்டு அழுதார். இப்படியான அவரின் செய்கை என்னை சிலிர்க்கச் செய்தது. அவரின் உணர்வை என்னால் புரிந்துகொள்ள முடிந்தது. யாவும் மரணத்தோடு முடிந்து விட்டால் வாழ்க்கை அர்த்தமற்றதாகிவிடும். மரணிப்பது வாழ்தலைக் காட்டிலும் சிறப்புடையது அல்ல.

வாழ்தலின் சுவை மரணத்திலும், மரணத்தின் சுவை வாழ்தலிலும் இருக்கிறது என்று நிறைய அனுபவங்களில் கற்றிருக்கிறேன். இருந்தும் மரணம் தரும் வலி மிகக் கொடிது. அந்தப் பிணம் கிடைக்காமல் அவர்களின் வீட்டில் துன்பத்தோடு தேடிக் கொண்டிருப்பார்கள். ஒரு வேளை அந்தப் பிணம் இன்னும் உயிரோடுதான் இருக்கிறது என்றெல்லாம் நினைத்துக் கொண்டிருப்பார்களா? இந்த உணர்வுகள் என்னை மேலும் கலங்க வைத்துவிடுகிறது.

மனம் விட்டு அழுதுவிட்டால் கொஞ்சம் நிம்மதியாக இருக்கிறது என்று சொல்லிக்கொண்டே கண்களைத் துடைத்துக் கொண்டார்.

6

ஒருவன் தன்னைத்தானே எதிர்த்துப் போரிட
ஆரம்பித்தால் அவன் மதிப்பு கூடும்.

ராபர்ட் பிரவுனிங்

நான் எல்லா நேரத்திலும் ஒரு முடிவை எடுக்க வேண்டியிருக்கிறது. அந்த முடிவை நான் எப்படி எடுக்கிறேன் என்பது எனக்குத் தெரியாது. ஆனால் நான் கட்டாயமாக ஒரு முடிவை எடுத்தாக வேண்டும். நான் வாழ வேண்டுமா? சாக வேண்டுமா? என்ற முடிவு தான் அது. நிச்சயமாக நான் வாழவேண்டும். ஆனால் எனக்கு சாக ஆசை. சாகும் அளவிற்கு வாழ்தலில் சிக்கல் இல்லை எனக்கு. வாழ்தல் என் இருப்பு, சாவது எப்படி என் இருப்பாகும்?

செத்தால் என்ன நடக்குமென்று எனக்குத் தெரியாது. அதன் பாதையைப் பற்றிய புரிதல் எனக்கில்லை. ஒரு முடிவை எடுக்கலாம் அல்லது எடுக்கத் தயங்கலாம், அதன் விளைவுகள் மோசமானதாக இருக்கலாம் அல்லது நல்லவையாகவும் இருக்கலாம், எப்படி இருப்பினும் தற்காலிகமாக நான் ஒரு முடிவை எடுக்க வேண்டும் அது

என் மரணத்தைக் குறித்த முடிவு. எப்படியும் பிறப்பின் முடிவு மரணத்தில் இருக்கும் பட்சத்தில் நானாக ஏன் மரணத்தை நோக்கி என்னை அழுத்த வேண்டும். சாமந்திப்பூ பூப்பதைப் போல இயல்பாய், இயற்கையாய் என் மரணம் பூக்கத்தானே போகிறது. அதுவரையில் காத்திருப்பதில் தானே அத்தனை சுவாரஸ்யமும். இந்த பூமி எத்தனை மரணங்களையும் தாங்கிக் கொண்டு அவற்றைக் கடந்து சுற்றிக்கொண்டு தானிருக்கிறது. அதுபோக புதியவர்களுக்கு இடம் கொடுத்து அவர்களையும் வாழ அனுமதிக்கிறது.

நீ பூமியின் புதல்வன், நீ இறக்க வேண்டிய அவசியமில்லை.

உயிர்வாழ்தலின் தேவையை நான் ருசிக்க விரும்பு கிறேன். என் துன்பத்தை என் தோல்வியை, என் அச்ச உணர்வை, என் நிறைவடையாத ஆசையை, நான் கூட்டாக வாழ்ந்த வாழ்வின் நினைவை நான் மட்டுமே சுமக்க வேண்டும், இந்த உணர்வுகளே என்னை நிறைவடையச் செய்யும். வாழ்வின் நிறைவு இயற்கை மரணம் தான்.

துர்க்கனவில் பூக்கும் தற்கொலைகளால், நான் இல்லாத இந்தப் பூமியில் என்ன நடக்கும் என்று என்னால் உணர முடியாது; அதன் அழகிய அல்லது கோரமுகத்தை என்னால் தரிசிக்க முடியாது. இப்போது கூட இந்த வாழ்வின் எதார்த்தத்தை இழந்த இப்படி பகல்கனவில் என்னைக் கரைத்துக்கொண்டிருக்கிறேன். இவற்றைக்கூட என் மரணத்திற்குப் பின் அனுபவிக்க முடியுமா என்று தெரியாது.

வாழ்தல் என்பது அனுபவித்தல்.

***

இரவின் தூக்கத்தில் இதுபோன்ற குழப்பங்கள் என்னை அரைத்தூக்கத்திற்குக் கொண்டுவந்து விடுகிறது. மரணம்

குறித்த எனது கற்பனைகள் கொண்ட கனவுகள் என்னை விழிக்க வைத்துவிடுகிறது. நான் மட்டும்தான் இப்படி யெல்லாம் குழம்பிக்கொண்டிருக்கிறேனா? இல்லை, எனக்குத் தெரிந்து சாமி சாரும் இப்படித்தான் குழம்பிக் கொண்டிருக்கிறாரா? ஆனால் அவர் என்னை விடவும் பலவீனமாக இருக்கிறார். நான் இதுவரை அழுததில்லை. அவரே கண்ணீர் சிந்தி அழுதுவிட்டார். கண்கலங்கி அழுவோர் பலவீனமானவரா? இல்லை இறுக்கமாக இருக்கும் நான் தான் பலவீனமானவனா?

பலவீனமானவர்கள் இந்த உலகில் வாழ்வது கடினம். ஏழைகள் பலமானவர்கள். செல்வந்தர்கள் பலவீன மானவர்கள். நான் ஏழை. ஆகையால், நான் பலமானவன் என்று எனக்கு நானே சப்பைக்கட்டுக் கட்டிக்கொண்டி ருக்கிறேன். ஏழை பெரிய பெரிய பிரச்சினைகளுக்காக இறக்கிறான், செல்வந்தன் சின்ன சின்ன பிரச்சினைகளுக்காக இறக்கிறான்; நான் மனதளவில் ஏழை, ஆம் உடல் அளவில் குன்றிய மனிதன். மன வலிமையில் வாழ்கிறான். உடல் அளவில் வலிமை கொண்டவன் மனவலிமை இழந்து சாகிறான்.

இது ஏழைக்கும் செல்வந்தனுக்கும் பொருந்தும்.

என் வலிமை எதில்?

***

கண்களைமூடிப் படுத்துக்கொண்டிருந்த என்னை ஏதோ ஒன்று தட்டி எழுப்பியதாக உணர்ந்தேன். வழக்கம் போல கனவின் குழப்பச் சீண்டலாக இருக்கும் என்றே படுத்திருந்தேன்.

மீண்டும் ஒரு முறை கைகள் என்னை வலுவாகச் சீண்டி உலுக்கியது. கண்விழித்துப் பார்த்தால் அந்த கைகள் சாமிசாரின் கைகள்.

எழுந்திரு இன்று உன்னை ஒரு இடத்துக்குக் கூட்டிட்டு போறேன் என்றார்.

நானும் எங்கு? எதற்கு? எனக் கேட்காமல் அவருடன் செல்வதற்குத் தயாரானேன்.

7

இந்த வாழ்வில் மன்னிக்க ஏதாவது உங்களுக்கு இருந்தால் உடனே மன்னியுங்கள். மன்னிக்காமல் போவதைவிட மன்னிப்பது மேலானது.

சர் ஆர்தர் டபிள்யூ பினிரோ

அமைதியின் அனுபவத்தை நாங்கள் இருவரும் உணர்ந்தோம். பயணத்தில் முதலில் யார் பேசுவது என்ற தடையை சாமி சாரே உடைத்தார். நாம் எங்கு போகிறோம் என்று உனக்கு கேட்கத் தோன்றவில்லையா என்று கேட்டார்.

வார்த்தைகளில் பதில் சொல்லாமல், 'இல்லை' என்று சைகையில் தலையை அசைத்து அவரைப் பார்த்தேன்.

நாம இன்னைக்குத் திருமலையானூருக்குப் போறோம், அங்க அருவியும், காடும் மலையுமாக மனசுக்கு இதமா இருக்கும்.

அந்த ஊர் பத்திக் கேள்விப்பட்டிருக்கியா?

இல்லை என்றேன்.

இந்தப் பதிலை அவர் ஏற்கனவே எதிர் பார்த்தவர் போல முகத்தை வைத்திருந்தார்.

மீண்டும் அவரே பேசத் துவங்கினார்.

அங்க சாந்தமலைனு ஒரு இடம் இருக்கு.

அங்க நிசப்த சாமிகள்னு ஒருத்தர் இருக்காரு.

அவர தரிசிக்க பல நாடுகளிலிருந்து எல்லாம் மக்கள் வந்து காத்துக்கிடக்கறாங்க.

அவரோட பார்வை, நம்மீது பட்டால் நம்மீது படர்ந்திருக்கும் பாவங்கள் எல்லாம் கழுவப்படும்.

மன நிம்மதி கிடைக்கும் என்று அந்த சாமியாரின் பெருமைகளைப் புகழ்ந்துகொண்டு வந்தார்.

எனக்கு எந்த சாமிகளின் மீதும் பெரிய ஈர்ப்பில்லை. எனக்கானவர்களுடன் கூட நான் ஈர்ப்பாக இருந்திருக்கிறேனா என்று எனக்குத் தெரியவில்லை. எதன் மீதும் ஒரு பற்றுதல் இல்லாமலே இருந்திருக்கிறேன்.

சாந்தி அக்காவின் அன்பும், சாவித்திரியின் காதலும், சாதனாவின் ப்ரியமும் என்னைத் திடமாக்கியது. ஆனால் அவர்களின் மரணம் என்னை திரவமாக்கி வாயுவாய்க் கரைந்திடத் தூண்டியது.

8

உங்களைத் தவிர வேறு எதனாலும்
உங்களுக்கு அமைதி தர முடியாது.

ரால்ஃப் வால்டோ எமர்சன்

தொடர்ந்து பேசிவந்த சாமி சார் களைத்துத் தூங்கிவிட்டார். காரின் ஓட்டுநரும் எதுவும் பேசாமல் அமைதியாக இருந்தார். நானும் எதுவும் பேசாமல் இருந்தேன். நீண்ட நேரம் எங்களுக்குள் மௌனம் துணையாகப் பேசிக் கொண்டிருந்தது.

வெளிப்புற உலகத்தில் அக உலகம் ஒட்டுவதில்லை. என் அக உலகம் என்னை எங்கெங்கோ அழைத்துச் செல்கிறது. புற உலகின் கிரகிப்புகள் ஏற்படுத்தும் தோல்வியும் அதன் வலியும் அது ஏற்படுத்தும் அகக் கற்பனைகளும் என் புற உலகை அந்நியமாக்குகின்றன.

அகப்புறமாய், வெளிச்சத்தில் இருளையும், இருளில் வெளிச்சத்தையும் தேடிக்கொண்டிருக்கும் மனதின் வதைகளைக் கொலை செய்ய நினைவுகள் படையெடுத் திருக்கிறது. சாந்தி அக்காவின் மரணம் எப்படி நிகழ்ந்தது,

அவளை எது தற்கொலைக்குள் தள்ளியிருக்கும்? சாதனாவின் வலியை நான் கடைசி வரையில் உணரவேயில்லை. சாதனாவின் மரணம் என் மூர்க்கத்தால் என்ற குற்ற உணர்வின் தீரா நோயில் இறந்த சாவித்திரியும், எந்த எதிர்பார்ப்பும் இல்லாமல் என்னை சதா அரவணைத்த ராஜபாண்டி மாமா, இருக்கிறாரா இல்லையா என்று அறிந்துகொள்ள முடியாத ஆழத்தில் இருக்கும் என் அப்பா என அகத்தினுள் ஓடும் நினைவுகள் என் இருப்பின் நிமிடங்களைக் கரைக்கிறது. என்னையும் கரைக்கிறது.

★★★

நீண்ட மௌனத்தை உடைக்க விழித்துக்கொண்டார் சாமி சார். மெல்ல பேசத் தொடங்கினார். மீண்டும் நிசப்த சாமிகளைப் பற்றி பேசத் தொடங்கினார். பத்து வருடமாக பேசாமல் மௌனித்திருக்கிறார். மௌனம் மிகப்பெரிய ஞானம் என்று மெச்சிக்கொண்டிருந்தார். பேசாமல் தவிர்ப்பது எப்படி ஞானமாகும் என்று எனக்குத் தெரியவில்லை. வார்த்தைகளிலிருந்து தான் மனக்கசப்பும், வேதனையும் பிறக்கிறது. இந்த வார்த்தைகள் நம்மை படாத பாடுபடுத்திவிடுகிறது.

அன்பொழுகும் வார்த்தைகளும் ஆயுதம் தான். உள்ளம் கிழிந்து ஒழுகும் வேதனைகளுக்குக் களிம்பும் வார்த்தைகள் தான். வார்த்தைகளைக் கொண்டுத்தான் இந்த உலகம் நகர்ந்துகொண்டிருக்கிறது. பேச்சைத் தவிர்த்த வரை இந்த உலகம் வியந்து பார்க்கிறது. அதிசயித்து இருக்கிறது. தெய்வமாகப் போற்றுகிறது. யார் அவர் என்ற வியப்பு எனக்குள் தொற்றிக்கொள்ள வேண்டும் என்ற தொனி யிலே சாமி சார் பேசிக் கொண்டிருந்தார்.

9

உன் பிரச்சினைகளைவிட நீ மிகவும் வலிமையானவன். உன் மனதின் பயம் தான் மிகப்பெரிய உடல் ஊனம் ஆகும். உன்னால் முடியும் என்ற நம்பிக்கை உன்னுடன் இருந்தால்தான் நீ ஒரு சிறந்த மனிதனாக கருதப்படுவாய்.

விவேகானந்தர்

காட்டுக்குள் வண்டி சென்றுகொண்டிருந்தது. வழி நெடுகிலும் காவி உடையில் மனிதர்கள் தென்பட்டார்கள். அடர் பசுமையும் குளிர் காற்றும் என்னைத் தழுவிக் கொண்டதாய் உணர்ந்தேன்.

கார் கதவின் வழியே அந்தக் காட்டின் அடர்ந்த மௌனத்தை என்னால் தரிசிக்க முடியவில்லை, இறங்கிக் காட்டினுள் சென்று அதன் விஸ்திரத்தை கொண்டுவந்துவிட வேண்டுமென்று தோன்றியது. வண்டி அருவியின் அருகில் நின்றது, குளித்துவிட்டு சாமியைச் சந்திக்கலாம் என்று சொல்லிவிட்டு உடைகளை எல்லாம் கழட்டி ஒரு துண்டை மட்டும் கட்டிக்கொண்டு அருவியை நோக்கி நடந்தார் சாமி சார்.

குரங்குகள் உணவுக்காக அலைந்து கொண்டிருந்தன. ஒரு சிலர் வாழைப் பழங்களைக் குரங்குக்கு வைத்துவிட்டு அது சண்டையிட்டுக் கொள்வதைக் கைப்பேசியில் படம் பிடித்துக் கொண்டிருக்கின்றனர். ஆண்களும் பெண்களுமாக மலை உச்சியில் இருந்து ஊற்றும் நீரில் தங்களை முழுவதுமாக கழுவிக்கொண்டிருந்தனர். எல்லோரும் நனைந்து குளிர்ந்திருந்தனர். ஒருவர் அலறிக் கொண்டு துடித்தார். மேலே இருந்து ஒரு பீர் பாட்டில் நீரோடு வந்ததில், அவரின் தலையில் விழுந்து ரத்தம் நீரில் மெல்ல பரவிக் கொண்டிருந்தது. அவரைத் தூக்கிக்கொண்டு வந்து பார்த்ததில், பீர் பாட்டிலின் கண்ணாடித் துண்டுகள் கழுத்தில் குத்தி, ரத்தம் நிற்காமல் வடிந்து கொண்டிருந்தது. சாமந்திப்பூவின் வாசனை மெல்ல படர்ந்து என் நாசியை நுகர்ந்தது. மரண பயத்தின் சொரூபத்தை அவரின் கண்களில் பார்க்க முடிந்தது. துணியை வைத்து அழுத்தி அவரைத் தூக்கிக் கொண்டு போனார்கள். அவரின் பின்னே மார்பில் அடித்துக் கொண்டே அழுதுகொண்டு வந்தவளின் சேலையை எடுத்து அவள்மீது போர்த்தி, அழாதமா எல்லாஞ் சரியாகிடும் என்று கண்களில் கண்ணீர் வடித்தபடியே கட்டிக் கொண்டிருந்தாள் இன்னொருத்தி. அருவியில் இரத்தம் படியாமல் அடித்துச் சென்றிருக்கிறது, அதன் பின் அருவியில் குளிக்க எல்லோரும் அஞ்சினார்கள். எனக்கு அப்போது அருவியில் குளிக்கும் ஆசைபிறந்தது.

★★★

சாமி சாரும் நானும் அருவியின் மேல் பக்கத்திற்குச் சென்றோம், அங்கே மேலும் பல பீர் பாட்டில்களையும், பிளாஸ்டிக் கப்புகளையும் கண்டெடுத்தோம், குடிக்கிற நாயிங்க, இந்த மாதிரி காடு மலைனு போய் ரகசியமா குடிச்சிட்டு அங்க பாட்டிலையும் பிளாஸ்டிக் குப்பையையும் போட்டுட்டு போயிடுதுங்க. அது இந்த இயற்கைய

பாதிக்குது. இதோ இப்ப பாரு ஒருத்தரோட உயிரையே எடுக்கற மாதிரி குத்தி எடுத்துடுச்சி என்று மேலும் இரண்டு மூன்று இனப் பெருக்க உறுப்புகளைச் சொல்லிக்கொண்டிருந்தார் சாமி சார்.

நானும் அவருடன் சேர்ந்து பீர் பாட்டில்களை எடுத்துக் கொண்டிருந்தேன். எங்களின் இடப்பக்கம் ஒரு பாட்டிலினுள் தலையை விட்டபடி ஒரு பறவை செத்து மிதந்துக் கொண்டு வந்தது. அதைப் பார்த்துப் பதறி ஓடி கையில் எடுத்தார் சாமி சார். படுபாவிங்க இவனுங்களால எல்லாத்துக்கும் பிரச்சினை என்று சொல்லிக்கொண்டே பாட்டிலினுள் மாட்டியிருந்த தலையை விடுவிக்க முயன்ற வரிடம், அது செத்துடுச்சி சார் விடுட்டுடுங்க என்றார் ஓட்டுநர். அதை காதில் வாங்கிக்கொண்டே இழுத்தார். தலை துண்டாக பாட்டிலின் உள்ளே விழுந்தது. கையில் இருந்த பறவையின் உடல் தண்ணீரில் விழுந்து கரைந்தது, இறகுகள் மட்டும் தண்ணீரில் மிதந்து சென்றது. என் கண்களுக்கு அதனுடன் ஒரு சாமந்திப்பூவும் மிதந்துப் போவதாகத் தெரிந்தது. அதேசமயம் எனக்குப் பரிச்சயமான ஒரு வாசனையுடன் இன்னொரு வாசனையும் சேர்ந்தே என்னை அடைந்தது.

மனுசங்க செய்யற சின்னச்சின்ன விஷயம், எப்படி யெல்லாம் மத்த உயிர்கள பாதிக்குது பாத்தியா. கீழ அந்த ஆளுக்கு பீர் பாட்டில் குத்தி ரத்தம் வந்தத பாக்கும்போது, ப்பா... நினைக்கும்போதே ரொம்ப கஷ்டமா இருக்கு, எனத் தொடர்ந்து அந்த சம்பவம் பற்றியே பேசிக்கொண்டு வந்ததில் நாங்கள் கீழ் இறங்கியதே தெரியவில்லை.

★★★

ஆசிரமத்தினை அடைந்துவிட்டோம். கூட்டமாக எல்லோரும் கண்களை மூடிக் கொண்டு தியானத்தில் இருந்தார்கள். வெகுதூரத்தில் நிசப்த சாமிகள்

அமர்ந்திருந்தார். அவர் இடுப்பில் ஒரு வெள்ளைத் துண்டை கட்டியிருந்தார், தலைமுடி எல்லாம் சடை சடையாய் அழுக்கேறி இருந்தது கைகளிலும் கால்களிலும் நகங்கள் மிக நீளமாக வளர்ந்திருந்தன. முகத்தின், பாதியை தாடியும் மீசை மயிர்களும் மறைத்திருந்தது. அந்தக் கண்கள் இரண்டும் எனக்கு மிகவும் பரிச்சயமான கண்களைப் போன்றிருந்தது. அருவியின் மேலே நான் உணர்ந்த அந்தப் பரிச்சயமான வாசனையை என்னால் முழுவதுமாக உள்வாங்க முடிந்தது.

அந்த மூக்கும் எனக்கு மிகவும் பரிச்சயமான மூக்காக இருந்தது. ஆசிரமம் முழுக்க சாமந்திப்பூ மணம் வீசிக் கொண்டிருந்தது. அந்த முகம் நான் ஏற்கனவே பார்த்த முகமாக இருக்கிறது, கண்டுபிடித்து விட்டேன். அதே முகம்தான், அதே கண்கள்தான், அது என் பைத்தியகார அப்பாவின் முகம்.

ஆதி பதிப்பக வெளியீடுகள்

ஜப்பானியத் தேவதைக் கதைகள் ரூ.180
ஓசாகி, தமிழில்: ச. ஆறுமுகம்

வேட்டைக்கத்தி ரூ.70
தமிழில் : ச. ஆறுமுகம்

கோடையில் ஒரு மழை ரூ.120
தமிழில்: ச. ஆறுமுகம்

எதிர்கதையாடல் நிகழ்த்தும் பிரதிகள் ரூ.120
சுப்பிரமணி இரமேஷ்

ரில்கேயின் கடிதங்கள் ரூ.100
தமிழில்: சா. தேவதாஸ்

நா.வானமாமலையின் பள்ளுப்பாட்டு ஆராய்ச்சி ரூ.60
தொகுப்பாசிரியர்: மகாராசன்

ஆண் காக்கை ரூ.60
சுப்பிரமணி இரமேஷ்

தங்கமான எங்கள் ஊர் ரூ.150
முஸ்தாய் கரீம், தமிழில்: பூ. சோசுந்தரம்

சுளுந்தீ ரூ.450
இரா. முத்துநாகு

தமிழர் எழுத்துப் பண்பாட்டு மரபு ரூ.120
மகாராசன்

அப்பா சிறுவனாக இருந்தபோது ரூ.150
அலெக்சாந்தர் புஸ்கின்

பண்பாட்டு அழகியலும் அரசியலும் ரூ.120
மகாராசன்

மூன்று ஆண்டுகள் ரூ.150
அந்தோன் சேகவ்